CHÂN HUYỀN

SỐNG BÌNH THẢN VỚI BỆNH NAN Y

NGƯỜI VIỆT XUẤT BẢN

SỐNG BÌNH THẢN VỚI BỆNH NAN Y
Chân Huyền biên soạn và giữ bản quyền
Người Việt xuất bản, 2015
Bìa: Uyên Nguyên
Trình bày: Chân Mật Giải
ISBN: 978-1517307011
Copyright by Chân Huyền (Đỗ Haduong Quyên)

Mục Lục

SỐNG BÌNH THẢN VỚI BỆNH NAN Y

Khi bị một chứng bệnh khó chữa (tiếng Hán Việt là nan y), cuộc đời thường nhật của ta và của những người thân kế cận bỗng nhiên bị thay đổi hoàn toàn. Bệnh tật có lẽ đứng đầu bảng trong các thứ khổ đau ở đời, một thứ tai họa ngẫu nhiên, chẳng ai muốn gặp, chẳng ai mời, nhưng cứ đủ điều kiện là nó đến, mang theo bao nhiêu là phiền não!

Trong đời sống của người bị nan y, ngoài thuốc men và sự chăm sóc của thân nhân, nếu người bệnh biết cách giữ cho tâm thần họ có được sự bình thản và tích cực, thì có thể nói (theo thống kê y giới) họ đã có tới gần nửa phần hy vọng vượt qua được cơn bệnh dữ. Nếu phải chống chọi với cơn bạo bệnh trong cô đơn, hoặc tinh thần sa sút, bi quan, thì phần thoát hiểm sẽ bị giảm đi khá nhiều. Gia đình ruột thịt và bạn bè thân tình có thể đóng góp rất nhiều cho người bệnh thêm năng lượng để họ tự cứu mình.

Trong thời hiện tại, từ thế kỷ hai mươi, với nền y khoa tân tiến và sự phát triển của đời sống tâm linh, nhiều người bị nan y vẫn sống sót như được hưởng phép lạ nào đó, hoặc không dứt được bệnh nhưng họ vẫn sống bình thản, vượt lên trên được những phiền trược của cơn bệnh dữ. Cũng có những người đặc biệt, từ bệnh khổ biến thành an vui. Họ sống có ý nghĩa hơn cả thời kỳ chưa đau ốm. Đó là những con người có khả năng dạy cho chúng ta nhiều bài học quý giá, những tấm gương minh triết của nhân loại. Không phải chỉ có các thánh nhân, các tu sĩ đạo hạnh mới làm được như thế, mà ngay trong cuộc đời quanh ta, có nhiều con người bình thường đã sống được như vậy, khi tâm thức họ đã thực sự chấp nhận căn bệnh và có nhiều duyên may để có thể chuyển hóa căn bệnh một cách mạnh mẽ.

Trong sách này, ngoài một số bài viết từ nhiều năm trước, về các nhân vật đời thường (có thật 100% - chỉ đổi tên họ để không gây phiền hà cho họ), chúng tôi cũng tuyển chọn một số tài liệu của các khoa học gia, y sĩ và tác giả Âu Á có thẩm quyền về những phương cách sống hòa bình với các chứng bệnh nan y. Thu góp dữ kiện từ nhiều năm, chúng tôi trích dịch và viết thành từng mục để ấn hành cuốn sách này, với tâm niệm giúp cho các bệnh nhân bị nan y có thêm ý chí và khả năng tự chăm sóc mình.

Chương chót của sách là những bài viết ngắn đã đăng báo Người Việt, có cùng chủ đề phòng bệnh ngay khi chúng ta còn khỏe mạnh. Chúng tôi cũng xin phép trích dẫn một số trang trong cuốn Hiệu lực cầu nguyện của thiền sư Nhất Hạnh, và một bài giảng của sư cô Đẳng Nghiêm về thực tập Chánh niệm. Hy vọng chương này sẽ mang lại lợi ích cho thân nhân đang chăm sóc người bị nan y, và cũng giúp ích được cả những bệnh nhân muốn thực tập để sống an lạc được với căn bệnh của mình.

Nếu khi đọc sách, quý vị có thêm chút tin tưởng, hứng khởi để thực hiện những gì có thể giúp quý vị có bình an, giảm bớt khổ đau, chấp nhận và sống bình thản với nan y... thì người viết đã có được niềm vui rất lớn rồi. Cầu mong chư thiên và các đấng siêu nhiên gia hộ giúp quý vị được thêm sức mạnh, thoải mái hơn, có khả năng hơn trong công trình "tự chữa lành bệnh".

(Chân Huyền - soạn từ Thung Lũng Xanh, 2015)

CHƯƠNG I
TỰ LÀNH BỆNH

Những nghiên cứu trong mấy thập niên qua của nhiều bác sĩ Hoa Kỳ nổi tiếng như Herbert Benson, Joan Borysenko, Jon Kabat-Zinn, Bernie Siegel, Deepa Chopra... đưa ra nhiều khám phá mới về việc chữa trị tâm lý cho các bệnh nhân bị nan y như Cancer, MS (Multiple Sclerosis), Hepatitis và Aids v.v...

Theo các khoa học gia trên, yếu tố tâm linh và nhất là khả năng tự chữa lành của người bị bệnh nan y rất quan trọng. Nhiều trường hợp đã xảy ra: khi các y sĩ điều trị cho rằng không còn cách chữa trị nào hữu hiện nữa, coi như bệnh nhân chỉ sống được một khoảng thời gian rất ngắn - dăm ngày hoặc vài ba tuần lễ, nhưng người bệnh lại phục hồi được sức khỏe một cách lạ lùng, y như có "phép lạ" nào đó đã xảy ra cho họ. Các khoa học gia nói trên đều đồng ý rằng sự thoát hiểm của các bệnh nhân nan y nhiều phần là do khả năng tự lành bệnh của chính người bệnh. Các nhà tâm lý rất quan tâm tới mối liên hệ mật thiết giữa thân và tâm người bệnh. Họ cho rằng: Khả năng tự lành bệnh chỉ phát triển ra được trong những bệnh nhân có tâm lý tích cực, hiểu được con người mình và có tin tưởng, hy vọng vào các phép chữa bệnh, kể cả những hỗ trợ tâm linh .

Nữ tiến sĩ tâm lý Norine Johnson, chủ tịch hội các tâm lý gia Hoa Kỳ, đã bị cancer nặng và sống thêm 20 năm cũng có quan điểm tương tự như trên: "Tôi khỏi bệnh, sống vui được bao nhiêu năm là nhờ có các bác sĩ giỏi, nhờ gia đình bạn bè giúp đỡ và các phép tâm lý trị liệu". Là một người trong nghề nên Norine biết rõ về kết quả các nghiên cứu tâm lý, chứng tỏ các bệnh nhân cancer cả hai phái nam nữ đều có nhiều cơ hội khỏi bệnh hơn nếu sau các chữa trị y khoa, họ được chăm sóc về tinh thần đúng mức.

Ghế ba chân

Bác sĩ Herbert Benson, giáo sư đại học Y Khoa Harvard, là giám đốc sáng lập Viện Y Khoa Thân Tâm (Mind and Body Medical Institut, Massachusetts). Trong hơn ba thập niên hành nghề y sĩ, Herbert Benson đã viết gần 20 cuốn sách về các nghiên cứu thân/tâm của ông, được quần chúng rất hâm mộ. Những cuốn đầu tiên của ông như The Relaxation Response, Beyond The Relaxation Response được tái bản rất nhiều lần, mỗi kỳ hàng triệu cuốn từ thập niên 1970 tới nay.

Trong cuốn sách nói về khả năng tự lành bệnh của con người "Timeless Healing" (1996), tác giả Herbert Benson cho rằng sức khỏe của chúng ta tùy thuộc vào ba yếu tố, giống như một cái ghế đầu cần phải có ba chân mới vững vàng. Ba chân ghế đó là:

1. Các phương pháp chữa bệnh tân tiến
2. Thuốc men tốt
3. Sự chăm sóc thân tâm của chính người bệnh (Self care).

Hai yếu tố đầu là những dịch vụ mà nền y tế hiện đại cung ứng cho bệnh nhân, càng ngày lại càng phong phú, tiến bộ. Yếu tố thứ ba rất quan trọng, nhiều khi đó chính là yếu tố quyết định cho sự an nguy của chúng ta. Trước đây, yếu tố này thường bị y giới Tây phương lơ là, và nhiều người bệnh cũng không để ý tới nó, hoặc cho là chuyện không đáng quan tâm.

Theo bác sĩ H. Benson, chân thứ ba (bệnh nhân tự chăm sóc) của "chiếc ghế" sức khỏe gồm có nhiều phần như: tập luyện cơ thể - Ăn uống lành mạnh; và nhất là phát triển nội tâm để làm tăng khả năng lành bệnh của chính mình.

Sau nhiều nghiên cứu thực nghiệm về yếu tố thứ ba nói trên, bác sĩ H. Benson nhận thấy phải có sự cân bằng giữa ba cái "chân ghế", thì bệnh nhân mới có thể vược qua các chứng nan y. Ông khám phá ra rất nhiều điều kỳ lạ về đời sống tình cảm và tinh thần của những bệnh nhân biết tự chăm sóc, nhất là khi họ có một thứ tin tưởng (hay tín ngưỡng) trong lúc chữa bệnh. Những người này tin vào khả năng của chính họ, tin vào sự hỗ trợ của các đấng thiêng liêng, hoặc chỉ tin ở nền y khoa tân tiến, nhưng tựu chung, sự tin tưởng là điều chính yếu.

Bác sĩ Benson cũng nhấn mạnh tới lòng mong ước luôn sống khỏe mạnh của mỗi chúng ta - một khả năng tự nhiên và tiềm tàng trong cơ thể mỗi người. Ông gọi đó là khả năng tự lành bệnh "vượt thời gian". Có lẽ, chính sự khao khát sống khỏe và sống thọ đã là hứng khởi khiến bao bệnh nhân tự phấn đấu, làm cho căn bệnh phải lùi bước, đúng như quan niệm "Nhân cường tật nhược" của người Việt xưa nay.

Theo bác sĩ Benson, khả năng tự lành bệnh được truyền từ tổ tiên bao đời xuống chúng ta, và sẽ còn truyền qua các thế hệ con cháu chúng ta mãi mãi sau này. Nó có sẵn trong mầm sống (genes) của con người, nó cũng bất tử với thời gian. Vấn đề là làm sao khai triển được khả năng tự cứu đó, bằng những phương pháp chăm sóc thân tâm ta một cách đúng mức. Ông cho rằng, khi người bệnh có lòng tin ở bất kỳ thứ gì, người ta đã có thêm năng lực để làm sống dậy cái khả năng tự lành bệnh trong con người họ. Lòng tin tưởng có thể lật ngược tình trạng của cở thể người bệnh, dù đó là lòng tin vào các đấng tối cao như Phật, Thượng đế, hay Đức mẹ hay Bồ Tát Quan Âm. Bệnh nhân cũng có thể lành bệnh khi họ nhiệt liệt tin theo các vị thần linh theo tín ngưỡng riêng của họ, hoặc tin vào một ông lang, một đạo sư; một địa danh nổi tiếng linh thiêng như Jerusalem, Lourdes, Bồ Đề đạo tràng... Ngày nay, nhiều người chỉ tin vào sự tập luyện thân thể; đó cũng là một thứ "tín ngưỡng" có ích cho việc phục hồi sức khỏe, nếu người bệnh được hướng dẫn cẩn thận.

Lạc quan và bi quan

Theo bác sĩ Herbert Benson, ai cũng có thể lành bệnh vì khả năng tự lành bệnh là một năng lượng tiềm ẩn nhưng rất mạnh, mỗi chúng ta ai cũng có từ khi mới lọt lòng mẹ. Chỉ cần một vài liều thuốc và sự tin tưởng lúc khởi đầu, chúng ta có nhiều cơ hội để làm sống dậy sức mạnh rất lớn mà trời đã ban tặng cho chúng ta.

Theo nhiều nghiên cứu trong y giới, người ta tới phòng mạch bác sĩ vì bị các chứng bệnh khác nhau, nhưng có tới 74% bệnh nhân đau ốm vì các nguyên nhân tâm lý. Đó là kết quả nghiên cứu của hai đại học Uniformed Service of Health Sciences (tiểu bang Maryland) và Trung tâm y khoa Brooke Army (Houston, Texas). Các nghiên cứu khác cho biết 60 tới 90% các chứng bệnh đều liên quan tới áp lực của đời sống (stress related). Việc chẩn bệnh, cho thuốc uống hay thuốc thoa bên ngoài, theo cách chữa trị thông thường, hầu như không mấy thành công.

Theo Herbert Benson, các y sĩ nên giúp bệnh nhân bằng cách tìm hiểu những điều tích cực mà bệnh nhân tin tưởng, khuyến khích họ sống theo hướng đó để giúp họ vượt qua giai đoạn khó khăn. Ngược lại, khi thầy thuốc làm hay nói gì khiến cho bệnh nhân tin rằng mình khó thoát được căn bệnh dữ, khi họ nói những câu có tính cách phán quyết như "kết án" người bệnh, thì các vị đó đã vô tình giết chết khả năng quý báu "tự chữa lành" của bệnh nhân.

Có lẽ vì sợ bị gia đình bệnh nhân kiện tụng (?), nên ngày nay hầu hết các bác sĩ thường nói tới thời gian sống còn rất giới hạn của những bệnh nhân cancer nặng. "Ông (hay bà) có thể sống được từ một tới vài ba tháng, hoặc khoảng một năm nữa..." Lời phán quyết giống như bản án một của tòa án chung thẩm, nhiều khi đã gây ra những phản ứng rất tiêu cực cho các bệnh nhân yếu bóng vía. Một số các bác sĩ có từ tâm, sau khi đưa ra con số, thường thêm ít lời an ủi như "Nhưng sống chết có số mệnh, chuyện này cũng tùy thuộc nhiều vào sự chữa chạy v.v...".

Tôi không bao giờ quên nét mặt thất thần của người bạn thân năm xưa, khi anh phải nghe "án tử" từ người thầy thuốc làm biopsy gan cho anh. Đang con mơ màng vì thuốc an thần chưa rã hết, anh mở mắt ra khi ông bác sĩ lay gọi anh dậy, chỉ để đưa bản quang tuyến vô ngay trước mắt anh: "Nhìn này, anh bị cancer nửa lá gan, nửa kia thì bị xơ cứng (cirrhosis). Người ta chỉ bị một chứng đã đủ chết, anh bị tới hai thứ..." Dù người bạn tôi rất sợ gặp lại ông bác sĩ đó, và thấy không còn hy vọng gì để theo bệnh viện chữa trị bằng tây y, nhưng may mắn, anh đã chuyển hóa sự sợ hãi đó được nhờ cái tâm vốn rất bình thản của anh. Không bao giờ trở lại nhà thương, trừ những ngày cuối cùng bị đau đớn. Anh bạn chúng tôi tự chăm sóc thân tâm mình, tìm các thầy lang đông y để chữa trị. Và anh sống được hơn một năm sau khi đã vui vẻ du lịch sang Âu châu mùa hè cuối. Anh đã sống lâu hơn ba lần quãng thời gian ông chuyên gia giải phẫu kia tuyên án! Nhưng nếu không quá ngán ông thầy thuốc, biết đâu bạn tôi có thể sống lâu hơn nữa nếu được chữa trị theo tây y, sau khi cắt bớt những phần hư trong gan.

Ảnh hưởng của tâm lý người đau ốm trên bệnh tình của họ, ai cũng thấy được. Đó là một vấn đề hiện đang được tây y chú ý nghiên cứu. Theo bác sĩ H. Benson, khi nhận xét kỹ bệnh nhân, thầy thuốc có thể biết ngay nên làm gì để khai triển các tin tưởng tích cực, có lợi cho sự lành bệnh trong con người đó.

Lành bệnh hay khỏi bệnh?

Trong Anh ngữ, hai tiếng Lành bệnh (Healing) và khỏi bệnh (Cure) có nghĩa khác nhau. Khỏi bệnh hoặc dứt bệnh nghĩa là hết hẳn căn bệnh, khoẻ mạnh và sinh hoạt lại như thường. Bác sĩ Jon Kabat-Zinn dùng chữ Healing để nói về sự lành bệnh trong tâm con người, một thay đổi sâu xa nơi tâm thức các bệnh nhân bị nan y. Có khi bệnh nhân không khỏi bệnh, nhưng họ được lành bệnh, nghĩa là họ có được cái nhìn mới mẻ về bệnh trạng cũng như về con người cuả họ. Nhờ đó, họ có thể sống an lành với căn bệnh của mình, sống bình thản với bất cứ tình trạng sức khỏe nào. Lành bệnh là trạng thái tâm thần rất quan trọng cho những ai phải sống với những chứng bệnh khó chữa, bệnh kinh niên, hoặc đang ở giai đoạn cực kỳ nguy hiểm, mạng sống bị đe doạ.

Người bệnh nan y thường bi quan, cảm thấy bất lực vì tưởng như mình bị cô lập, không còn liên hệ gì tới cuộc đời và thế giới này. Sự hỗ trợ cuả gia đình và bằng hữu có thể giảm thiểu bớt thái độ tiêu cực, nhưng cũng có khi bệnh nhân không thể phấn đấu. Họ có thể bi quan tới độ buông xuôi không muốn theo đuổi việc chữa trị, chỉ nghĩ tới những điều đen tối, và tuyệt vọng, chỉ nghĩ tới chuyến ra đi vĩnh viễn. Thái độ đó khiến cho người bệnh mất tinh thần và sức khoẻ suy giảm nhanh hơn những người có tinh thần lạc quan.

Bác sĩ Jon Kabat-Zinn lập ra y viện Thân Tâm (Mind and Body clinic) rất thành công cạnh ngay viện đại học Y khoa Massachussetts. Bệnh viện của ông chú trọng vào phương pháp tâm lý trị liệu, ăn các thực phẩm tốt lành; đồng thời thực tập phép thiền Chánh niệm (Mindfulness Meditation) và các động tác yoga để giúp các bệnh nhân bị nan y (thời kỳ chót) sống bình thản được trong thời gian khó khăn nhất của họ. Hàng ngàn người đã thoát hiểm, khỏi được các chứng bệnh mà y khoa đã bó tay. Nếu không khỏi bệnh, tâm họ cũng được chữa lành để sống an vui hơn trong những ngày tháng chót đời.

Ông viết: "Văn hóa chúng ta không quen thuộc với quan niệm Đạo (Con đường đi, triết lý sống) của Đông phương, nhưng chính phép thực tập tỉnh thức (Mindfulness Practice) của họ giúp chúng ta sống cuộc đời với con mắt mở lớn, sống có ý thức thay vì sống mê muội. Chúng ta sẽ có khả năng phản ứng một cách tỉnh thức đối với mọi chuyện chứ không chỉ phản ứng máy móc, tự động, vô ý thức như trước. Do đó, chúng ta có khả năng đối diện một cách bình tĩnh đối với các biến cố và tai họa. Công việc thật sự mà chúng ta cần làm là tìm cho ra Con Đường, là lái cánh buồm sao cho con tàu đời mình lướt qua một cách bình yên trên những đợt sóng to nhỏ đầy rẫy - những ngọn sóng của Stress, của bệnh, của đau buồn cũng như của an vui, hạnh phúc"

Trong giới y khoa ngày nay, nhất là ngành Y Khoa hành vi (Behavioral Medecine), người ta chấp nhận một quan niệm mới: mọi sự đều có tương quan, và có tính cách toàn bộ, bất khả phân (Interconnectedness & wholeness). Các bác sĩ theo lý thuyết này chú ý rất nhiều tới sinh hoạt của toàn bộ con người (thân và tâm), chứ không chỉ chữa chạy những bộ phận cơ thể nào bị hư hại. Họ không chấp nhận lý thuyết cũ, coi thân và tâm là hai thực thể riêng biệt.

Nhiều bác sĩ Tây phương, từ cuối thế kỷ 20, đã chuyển sang phép chữa bệnh bằng cách săn sóc và chữa lành tâm thức người bệnh, đồng thời với việc chữa trị cơ thể như giải phẫu, dùng dược phẩm diệt vi trùng, thanh lọc máu huyết v.v...Mô hình trị bệnh mới đối với y khoa ngày nay cũng phản ảnh sự thay đổi của tất cả mọi ngành khoa học, nhất là trong khoa học vật lý: người ta không còn tách rời người quan sát và vật được quan sát, không còn phân biệt vật chất với năng lượng. Khoa Vật Lý Lượng Tử (Quantum Physic) khám phá ra sự tương quan giữa mọi sự vật, không khác gì giáo pháp "tương tức tương nhập" của kinh điển Phật giáo. Bác sĩ Kabat-Zinn nhấn mạnh tới thái độ của người bệnh đối với các quan niệm mới mẻ này: đó là một yếu tố rất quan trọng trong việc chữa trị cho chính họ. Theo ông, dù không có sẵn niềm tin vào Phật giáo hay khoa học mới, người bệnh cũng nên có thái độ cởi mở để thực tập cho nghiêm chỉnh, từ đó họ sẽ nhận ra được sự phức tạp và đẹp đẽ của thân-tâm họ, cũng như khả năng tự chữa lành tiềm tàng trong chính con người của họ.

Toàn thể và tương quan

Jon Kabat-Zinn viết: "Khi tâm bạn thay đổi, nhiều khả năng mới sẽ xuất hiện. Thực vậy, khi bạn có thể nhìn được cái toàn thể (Fullness) và sự tương quan chặt chẽ

(Interconnectedness) trong những cá thể riêng biệt, mọi sự sẽ hoàn toàn thay đổi. Bạn sẽ có một cái nhìn rộng rãi ra toàn thể vũ trụ, hơn là chỉ nhìn vào con người (bệnh hoạn) của mình. Những kinh nghiệm sống bình thường có thể trở nên khác thường, kỳ diệu. Chúng ta sẽ biết thưởng thức bao niềm vui của những hành động thường nhật như đi bộ, ăn cơm, uống nước. Bạn sẽ biết trân quý các bộ phận trong cơ thể mình, bao năm liền, suốt ngày đêm chúng làm việc không ngừng nghỉ để ta được sống: lá gan, buồng phổi, trái tim...tất cả đã bị chúng ta coi thường, không thèm để tâm tới chúng, cho tới lúc chúng bệnh hoạn. Cơ thể chúng ta giống như một tiểu vũ trụ, nó biết tự điều chỉnh để thích hợp với các sinh hoạt của chúng ta. Sự liên hệ kỳ diệu đã khiến cho hệ thần kinh chằng chịt có thể điều khiển được lục phủ ngũ tạng cũng như mọi vận hành của tứ chi chúng ta. Con người cũng liên hệ chặt chẽ với không gian, môi sinh nơi mình sống, và liên hệ với mọi biến thiên trong vũ trụ rộng lớn, dù cho mắt ta không nhìn thấu suốt, dù tai ta nghe không được hết mọi âm thanh.

Nhà bác học Einstein đã viết thư qua một ông cố đạo Do Thái để an ủi một cô cháu ông ta, mới mất một người em:

"Con người là một phần cuả toàn thể mà ta gọi tạm là vũ trụ. Người ta sống với những kinh nghiệm làm như mình là một thực thể có những cảm nghĩ riêng rẽ, không dính líu gì tới các sự vật khác. Ảo tưởng đó là một thứ tù ngục của chúng ta, giam hãm ta vào vòng tham đắm những ham muốn cá nhân, luyến ái vài người thân gần cận. Chúng ta cần phải ra khỏi tù ngục đó bằng cách nới rộng lòng từ ái tới tất cả mọi sinh vật và tới cả không gian rộng lớn của thiên nhiên. Không ai thực hiện được điều này một cách hoàn hảo. Nhưng, chi có ý hướng muốn thực hiện điều đó, thì đã được giải thoát chút ít, và có được một nội tâm bình an rồi."

Vạn sự do Tâm

Khi chúng ta lo lắng, sợ hãi, thì cơ thể chúng ta mất đi khả năng tự cứu. Hệ thống kháng bệnh bị suy nhược, cơ thể sẽ bị vi trùng hay các tế bào ung thư xâm lấn, phá hủy nhanh hơn. Đó là kết quả của nhiều nghiên cứu y khoa và tâm lý, không phải chỉ có giáo pháp "Vạn sự do tâm khởi" của Phật giáo mới nói vậy.

Khi có cái tâm an bình, người bệnh sẽ nhìn ra được những yếu tố quan trọng trong cuộc đời họ, có thể đã là những nguyên nhân khiến họ bị vướng vào bệnh tật. Chẳng hạn như lối sống hàng ngày thiếu điều độ, cách ăn uống không lành mạnh, uống rượu và hút thuốc lá quá độ; sinh hoạt thiếu thăng bằng v.v... Khi có tỉnh thức, người bệnh nhận ra được những kiếm khuyết của chính mình để thay đổi và tự cứu mình. Theo bác sĩ Kabat-Zinn, khi chúng ta chỉ tập trung vào chuyện thở và sống có ý thức, tập kiên trì hàng ngày, với cái tâm không mong cầu khỏi bệnh ngay, ta sẽ có khả năng đối diện với tật bệnh, có thể "làm bạn" với bệnh, coi nó như một thực tại bình thường, để rồi chuyển hoá, làm cho nó nhẹ đi.

Lành bệnh có nghĩa là biết cách liên hệ, biết cách sống hoà bình với bệnh mà không còn sợ hãi, chối bỏ hay xua đuổi nó nữa. Tâm thức ta sẽ được bình an, dù cho bệnh nặng tới đâu, dù cho ta biết mình có thể phải lìa đời trong một thời gian ngắn. Khi ý thức được rằng con người mình không phải chỉ là cái thân đang bị bệnh ung thư, mà còn có phần tâm linh, còn có linh hồn, ta sẽ lấy lại được tự do. Linh mục triết gia (cũng là nhà địa chất danh tiếng) Teilard De Chardin (1881- 1955) đã diễn tả tương tự như vậy trong câu nói bất hủ của ông như sau:

"Chúng ta không phải chỉ là con người có kinh nghiệm tâm linh - mà chính chúng ta là những thực thể tâm linh, trải qua kinh nghiệm làm người" (We are not only human beings having spiritual experiences, but we are spiritual beings having human experiences). Hiểu và sống được với tư tưởng đó, con người sẽ thấy mọi đau đớn, phiền trược ở thế gian này chỉ là những chuyện nhỏ, những kinh nghiệm của một kiếp làm người, chứ không phải là tất cả đời sống của ta - một thực thể tâm linh phong phú.

Chứng nan y kia ta có thể coi như một cái Duyên giúp cho ta hiểu được chính mình và hiểu người khác một cách toàn vẹn hơn, rộng rãi hơn. Những vì thiền sư đạo hạnh, hoặc những người có đời sống tâm linh phong phú thường đạt tới một trạng thái rất tích cực trong tâm hồn khi họ bị nan y. Người bệnh nặng có thể học để chấp nhận được các đau đớn mình đang phải chịu, coi đó chỉ là những thử thách của Thượng đế, hoặc theo như Phật giáo, mình đang phải trả quả cho những nghiệp xấu đã gây trong quá khứ. Khi chấp nhận và sống được với quan niệm như thế, người bệnh sẽ bớt đau khổ, giảm sợ hãi - và từ đó, đau đớn sẽ bớt đi rất nhanh. Dù cho người bệnh đã bị các bác sĩ cho biết sẽ chết trong một thời gian nào đó, khi chấp nhận tình trạng với cái tâm an bình, họ có thể thay đổi, lật ngược lại cả các tiên đoán y khoa. Riêng người viết tới có ba người bạn thân bị ung thư, đã khỏi bệnh như được hưởng phép lạ, nhờ thiền tập và kiên trì thuốc thang.

Đối với các bệnh nhân bị nan y, hiểu được thân tâm mình, chúng ta sẽ có an lạc, hạnh phúc và hệ thống tự chữa lành của cơ thể ta sẽ có cơ hội phát triển, cứu mạng chúng ta. Cho dù bệnh không dứt hẳn, trong cả trường hợp tệ nhất, thân ta có bị hủy hoại, nhưng tâm thức - linh hồn bình an, thanh tịnh của chúng ta vẫn có thể bay bổng về những cõi tốt lành. Đó là cách đối diện với vấn đề sinh tử của những người "lành bệnh".

Các thiền sư thường coi chuyện sinh tử như chuyện thay áo, đổi chỗ ở. Quý ngài là những con người luôn luôn an lạc, bệnh dù nặng tới đâu cũng vẫn có được cái tâm an lành, có khi hơn cả khi quý ngài có đầy đủ sức khoẻ. "Sinh như đắp chăn bông, tử như cởi áo hạ", là một câu nói thường ngày của các vị thiền sư giác ngộ.

CHƯƠNG 2

Y KHOA THÂN TÂM
TỪ ĐÔNG SANG TÂY

Trong y lý Đông phương, việc chữa bệnh có chủ đích giúp cho kinh mạch bệnh nhân được điều hòa, khí huyết lưu nhuận. Người thầy thuốc khi châm cứu, bấm huyệt hay kê toa, hốt thuốc, là cốt tái tạo sự thăng bằng của hai hệ thống khí và huyết cho người bệnh. Các vị y sĩ Đông phương cũng rất chú trọng tới các yếu tố Âm-Dương và Ngũ hành (Kim, Thuỷ, Mộc, Hoả, Thổ) trong cơ thể con người. Khi có một sự lệch lạc, mất cân bằng nào đó giữa các yếu tố này, thân chúng ta mới dễ bị nhiễm bệnh.

Thầy thuốc Đông y cũng tin từ mấy ngàn năm trước, rằng các yếu tố tâm lý ảnh hưởng sâu xa tới bệnh hoạn. Họ lý giải về sự hư hoại của các bộ phận chính trong cơ thể con người như sau: Sự sợ hãi có thể làm hư thận. Thận trong đông y gồm hai quả thận (kidneys), và gồm cả các cơ quan sinh dục. Hay nổi nóng, hay giận dữ quá đáng sẽ làm hại gan. Sầu não quá làm hư hao lá phổi (lao tâm, lao lực). Khi bị kích thích nhiều, ngay cả khi quá vui, tim sẽ bị hại và có thể ngừng bất tử (heart attack). Khi lo lắng quá, thì bao tử sẽ bị lở loét.

Người viết có một cô bạn thân cùng nghề cho biết: mẹ cô vì vui sướng quá đỗi, trong bữa tiệc mừng các con từ Pháp tốt nghiệp trở về (khoảng cuối thập niên 1950), bà đã bị đứng tim chết, trong lúc đang cười nói hả hê. Gia đình cô học chữ Vô Thường bằng kinh nghiệm đau thương đó. Và riêng cô, sau đám tang mẹ, trở thành một đệ tử thuần thành của thiền sư Naranda Maha Thera (1898 - 1983) người Tích Lan, nổi tiếng khắp Á châu và Việt Nam.

Khoảng ba bốn thập niên vừa qua, y khoa Tây phương ngày càng có vẻ gần cận với y lý Đông phương, khi họ không còn quan niệm thân và tâm là hai thực thể hoàn toàn riêng biệt như các thế kỷ trước nữa. Từ nền y khoa cơ giới (mechanical Medicin), coi thân thể con người như một bộ máy, hư đâu sửa đó; tây phương bước qua giai đoạn coi yếu tố tâm lý có ảnh hưởng trên cơ thể (Psychosomatic Medicin). Sau đó, là nền y khoa thân tâm (Mind and body Medicine) hay Y khoa toàn diện: các y sĩ chú ý nhiều tới yếu tố tâm lý của bệnh nhân.

Quan niệm chữa bệnh nhân như một con người toàn diện, từ thập niên 1970 tới nay càng ngày càng lan rộng trong giới thầy thuốc Tây y. Năm 1974 bác sĩ tâm lý David Spiegel thuộc đại học Stanford California, có thể là một trong những người tiên phong nổi tiếng nhất trong ngành Y khoa thân tâm. Ông bắt đầu làm thử nghiệm với các bệnh nhân bị ung thư vú nặng, trong mục tiêu *bài bác* lý thuyết của một số đồng nghiệp, cho rằng "tâm ảnh hưởng vào thân, bệnh cancer có thể giảm nếu người bệnh có cái tâm bình an". Nhưng sau đó, kết quả các nghiên cứu đã khiến cho chính bác sĩ Spiegel phải tin rằng cái tâm tích cực của bệnh nhân ảnh hưởng rất nhiều vào sự lành bệnh của họ. Khi ông công bố kết quả nghiên cứu trên báo chí chuyên ngành, ông đã làm các đồng nghiệp rất kinh ngạc. Và họ đổ xô vào rất nhiều cuộc nghiên cứu khác để hiểu rõ hơn về liên hệ thân-tâm.

Thái độ bi quan hay lạc quan của người bệnh có ảnh hưởng rất lớn trong tiến trình chữa bệnh. Vào năm 1977, bác sĩ Kenneth Pelletier đã cho ấn hành một cuốn sách nói về ảnh hưởng quyết định của Tâm thức trong việc trị bệnh. Đó là cuốn Mind is Healer, Mind is Slayer (Tâm là lương y, Tâm cũng là sát nhân), trong đó tác giả đưa ra nhiều bằng cớ về vai trò quan yếu của tâm trí con người đối với bệnh trạng và sức khoẻ của họ. Cuốn này trở thành một tài liệu căn bản cho các y sĩ thời đó.

Những người có tinh thần bi quan thường nghĩ chính họ là nguyên do chính khiến cho họ bị bệnh, cũng giống như họ thường hành động sai lầm nên hay bị thất bại trong đời sống. Đó là những tâm thức thuận lợi cho bệnh tật tấn công. Người lạc quan chú ý tới những hậu quả của chuyện rủi ro, rồi tìm cách sửa chữa, mà không trách người khác hay tự trách mình. Đó là những con người có thể lướt qua được nhiều khó khăn trong cuộc sống, kể cả bệnh nan y.

Kể từ thập niên 1980 tới nay, càng ngày càng có nhiều đại học và bệnh viện uy tín đưa ra chương trình nghiên cứu và chữa trị cả hai phần thân và tâm cho các bệnh nhân bị nan y. Trên căn bản khoa học, nền y khoa thân-tâm dựa vào các nghiên cứu mới về liên hệ giữa bộ óc và hệ thần kinh, với các hệ thống đề kháng và các nội tuyến sản xuất hoóc-môn của cơ thể (gọi tắt là ,môn học PNI - PsychoNeuroImmunology). Trước đây, người ta tin rằng hệ thần kinh và hệ đề kháng trong cơ thể chúng ta là hai trung tâm làm việc độc lập, không liên quan gì với nhau. Tuy nhiên, nềm y khoa thân tâm đã thay đổi quan niệm chữa bệnh thông thường của y giới Tây phương. Trước đây, các thầy thuốc Tây y nghiễm nhiên coi thân là cơ thể, hoàn toàn khác biệt với phần tâm thức của người bệnh.

Nhà báo nổi tiếng Daniel Goldman là một tiến sĩ tâm lý tốt nghiệp đại học Havard, chuyên viết về vấn đề sức khoẻ cho nhật báo New York Times. Ông cũng là chủ bút tạp chí Psychology today. Daniel Goldman cộng tác với Joel Gurin, chủ bút về khoa học cho tạp chí Consumer Report, cùng nhiều chuyên gia danh tiếng có liên hệ tới ngành y, cùng viết ra một cuốn sách dày gần 500 trang khổ lớn về đề tài Y khoa thân-tâm (Mind-Body Medicine), do Consumer Report xuất bản năm 1993. Trong chương tìm hiểu về ngành Y khoa thân -tâm, Daniel Goldman viết:

"Y khoa thân-tâm bao gồm một số phương pháp chữa trị nhằm lành mạnh hoá tâm thức, cải thiện cảm xúc để cơ thể người bệnh được khoẻ hơn. Người ta tin rằng, dù mới phát triển, phép chữa bệnh cho toàn diện con người (cả hai phần thân và tâm) có nhiều lợi ích lớn trong việc giúp người bệnh cải thiện đời sống, làm cho cuộc đời có ý nghĩa và còn có thể giảm thiểu được các khổ não vì bị bệnh kinh niên.

"Vừa trị thân vừa giúp người bệnh chuyển đổi tâm, y sĩ có thể đi sâu vào lớp "rễ ngầm", giúp người đau ốm có cơ hội lật ngược bệnh trạng, và giải quyết được tận gốc rễ của bệnh mà lý do có nhiều phần vì tâm lý...Tâm lý ổn định, người ta giảm thiểu được các áp lực trong cuộc sống, nên cũng dễ phòng ngừa bệnh tật hơn. Cách chữa trị cả thân lẫn tâm hầu như không có nguy hiểm nào, trong khi kết quả có thể rất lớn lao mà ít tốn tiền bạc, không cần dùng kỹ thuật cao hoặc chuyên viên nhiều năm huấn luyện."

Cũng theo Daniel Goldman, bệnh nhân ngày nay ưa tìm những thầy thuốc và phương pháp chữa bệnh cho con người toàn diện của họ. Họ không còn muốn được coi như bộ máy: khi có các bộ phận bị hư hỏng, thì chờ các bác sĩ chuyên khoa chữa cho từng thứ một, cần thì mổ ra thay thế...trong khi phần tinh thần của họ lại không được quan tâm. Daniel

Goldman mong cuốn sách Mind-Body Medicine của ông có thể trả lời một số câu hỏi căn bản cho những bệnh nhân không tìm được giải đáp thỏa đáng cho bệnh trạng của mình, khi theo truyền thống chữa trị của y khoa thông thường.

Rất nhiều tác giả thuộc những bệnh viện tân tiến nhất Hoa Kỳ đã đóng góp bài viết và các kết quả nghiên cứu của họ trong cuốn Mind- Body Medicin, như bác sĩ Kenneth Pelletier (đại học Standford); bác sĩ Redford Williams (Đại học Duke), Jimmie Holland (trung tâm chữa cancer Sloan Kettering NY); Ted Grossbart (đại học Havard); William Whitehead (đại học John Hopkins) v.v...Chúng tôi trích dịch một số tài liệu liên quan tới chuyện chữa trị các chứng nan y, trong các mục sau đây

Thuốc trấn an và lòng tin

Khi đau yếu, bệnh nhân đi tìm bác sĩ chữa trị. Yên tâm sẽ được chăm sóc bởi chuyên viên y tế, người ta có thể khỏi bệnh dù chỉ được uống mấy viên thuốc trấn an, trong đó chỉ có chút bột và chút đường, không có chút thuốc nào hết. Những viên thuốc trấn an đó gọi là "Placebo". Người bệnh chỉ được biết đó là thuốc tốt để chữa bệnh cho họ, mà không hề biết đó là thuốc trấn an. Rất nhiều nghiên cứu chứng tỏ sự hữu hiệu của các viên thuốc trấn an, từ bệnh ói mửa của phụ nữ mang thai tới bệnh thấp khớp nặng, đau ngực, hen suyễn v.v... Tại Saigon trước 1975, và có lẽ ngày nay vẫn còn hiện hữu: nhiều bác sĩ có phòng mạch, thường chích một ống thuốc khỏe (vitamine C hay chỉ là serum) cho người tới khám bệnh vì hầu như ai cũng đặt hết lòng tin vào "mũi thuốc khỏe" của ông thầy.

Năm 1955, bác sĩ Henry K. Beecher (bệnh viện Massachusetts General) cho rằng các viên thuốc placebo tạo ra 30%, hiệu quả nơi bệnh nhân. Hiện nay, y giới tìm thấy có khi các viên thuốc trấn an đạt hiệu quả rất cao: 70% tới 90% - nếu như bệnh nhân rất tin vào phương thuốc họ được chữa trị. Các khoa học gia tin rằng các viên thuốc placebo kia đã khơi dậy trong bệnh nhân khả năng sống khỏe mạnh của họ. Dù đó là những người bị bệnh đau ngực, chóng mặt, nhức đầu, tê bại hay bất lực v.v... Trong nghiên cứu của đại học Ohio năm 1992, thuốc trấn an còn giúp được cả các bệnh nhân bị đau tim nặng.

Bác sĩ H. Benson cho rằng những viên thuốc trấn an (placebo) là một nguyên nhân khai triển khả năng tự cứu trong con người bệnh nhân. Trong hơn hai thập niên qua, các nghiên cứu của hai bác sĩ Herbert Benson và Mark D. Epstein đưa ra ba yếu tố kích thích khả năng tự lành bệnh của chúng ta, đó là:

- Lòng tin tưởng và hy vọng của bệnh nhân
- Niềm tin và tinh thần lạc quan của người thầy thuốc
- Liên hệ tương kính giữa bệnh nhân và thầy thuốc, tạo nên sự tin tưởng và hy vọng nơi cả hai người.

Cả ba yếu tố đều liên quan tới lòng tin tưởng của bệnh nhân và thầy thuốc. Ngay từ năm 1950, bác sĩ Stewart Wolf đã thử cho các bà mang thai bị ói mửa quá nhiều, uống một thứ thuốc gây ói mửa thêm (Ipeca), nhưng ông nói với các bà đó là thuốc trị ói. Kết quả: các bà ngừng ói, vì tin rằng mình đã có thuốc trị nó! Chỉ vì có lòng tin mà các phụ nữ mang bầu đó tự chữa lành bệnh ói mửa, lật ngược hẳn tính chất của thuốc họ dùng: Người thường uống Ipeca thì sẽ ói mửa rất nhiều, trong khi các bà bầu lại hết ói.

Năm 1957, tại bệnh viện Cook County (vùng Chicago), 30% các bệnh nhân bị thấp khớp nặng đã bớt đau đớn nhờ uống thuốc trấn an và họ tin tưởng rằng đó là thứ thuốc mới tốt nhất. Hiệu quả này kéo dài được ba tháng. Trong thử

với bệnh nhân, nhất là những người bị các chứng nan y khó chữa.

Tôi luôn nhớ hình ảnh hiền hoà, dễ thương của ông bác ruột, là một vị lương y nổi tiếng vùng Bương Cấn, Sơn Tây. Ông luôn quan tâm tới hoàn cảnh gia đình và hoàn cảnh sống của bệnh nhân khi chữa trị. Ông coi bệnh nhân như người trong gia đình, đối xử với họ rất tử tế, ân cần nên người bệnh cảm thấy an tâm, tin tưởng ở ông thầy, những yếu tố giúp cho họ lành bệnh dễ dàng hơn.

Ông anh chúng tôi nhất định chỉ đi khám tổng quát với bác sĩ Bi dù phải chờ rất lâu mới lấy được hẹn. Ông tin tưởng rằng "vía" của bác sĩ Bi rất lành, nên kết quả khám bệnh của ông thường rất tốt. Đây là một tin tưởng có vẻ "mê tín", nhưng khi gặp bác sĩ Bi, chúng tôi cũng đồng ý với anh. Không kể tới chuyện hồn vía, khi tôi gặp thầy thuốc trẻ, có thì giờ hỏi han ân cần mình là đã thấy dễ chịu rồi. Chẳng bù cho ông bạn tôi, mới nhận được tin từ bác sĩ gia đình của ổng, nói rằng "bác sĩ đó (chuyên gia về thận) không muốn chữa cho anh nữa vì bảo hiểm họ trả ít quá!!!"

Đời sống kinh tế tự do và hấp lực của kim tiền quá lớn trong xã hội Mỹ, khiến cho các từ mẫu lương y không còn hiện diện được bao nhiêu. Tuy là thành phần được ưu đãi nhất xã hội, kiếm nhiều tiền nhất, số người yêu nghề y khoa và coi trọng việc phục vụ bệnh nhân quả có hơi hiếm hoi. Vội vã, ngắn gọn khi thăm bệnh là thái độ tự nhiên, bình thường tại các phòng mạch đông bệnh nhân. Nhưng khi gặp bác sĩ trong phòng riêng mà nếu bệnh nhân chỉ được hỏi han bằng những câu rất vắn tắt, không có bao nhiêu quan tâm, chỉ nói vài câu trong sự "lễ độ đúng nghi thức" của thầy thuốc, người bệnh có cảm tưởng như mình chỉ được đối đáp với một người máy. Trong thực tế, có lẽ chỉ trong hai thập niên nữa, nhiều việc chẩn bệnh và chữa trị sẽ được giao cho máy computers hay robots, theo như dự đoán của mấy tờ báo Hoa Kỳ.

Chúng ta nên làm gì để mau lành bệnh?

Dựa vào các nghiên cứu trong nền y khoa thân-tâm, chúng ta nên làm gì, thực hành những phương pháp nào để được khỏe mạnh, hoặc khi bị nan y, có thể thoát hiểm, lành bệnh?

Hiểu được các tín hiệu của cơ thể mình (biofeedback)

Hầu hết các cơ quan nội tạng của chúng ta như tim, phổi, gan, ruột...đều do hai hệ thần kinh tự động điều khiển - có tên là hệ thần kinh Giao Cảm (Sympathic System) và Đối Giao Cảm (Para Sympathic System). Trước thập niên 1970, y giới thây phương rất ít để ý tới việc "điều khiển" hai hệ thần kinh này. Khi các dụng cụ Biofeedback được dùng nhiều hơn trong y khoa, bác sĩ có thể giúp người bệnh hiểu được những phản ứng bên ngoài của họ (như ý nghĩ, dáng đứng hay ngồi, cách thở) đều có liên quan chặt chẽ với các hoạt động của cơ quan nội tạng. Do đó, trong một mức độ giới hạn nhưng hiệu quả, bệnh nhân được học hỏi để điều chỉnh hai hệ thần kinh tự động nói trên cho bớt bệnh.

Biofeedback giúp bệnh nhân biết cách nén chặt các cơ vòng cuối ống dẫn tiểu để bớt phải đi vô nhà tắm. Khi bị stroke, họ học cách dùng mấy bắp thịt chưa bị tê liệt để tập cử động chân, tay. Nó cũng giúp các bệnh nhân dùng tay, chân giả sau khi bị cắt mất một phần thân thể. Phương pháp này đang tiến tới chuyện chữa các căn bệnh na y như động kinh, nhức đầu kinh niên, trẻ con thiếu khả năng chú ý ADHD (Attention Deficit Hyperactivity Disorder) v.v...Đây cũng là một phương pháp phụ cho việc chữa trị bằng cách luyện tập để được thư giãn (Relaxation), qua những phép tập cổ truyền của người Á Đông như Khí Công, Thiền, Yoga. Nhiều người có thể cảm thấy như họ tự thư giãn được, không cần tới các dụng cụ biofeedback, nhưng trong thực tế, nhờ các dụng cụ biofeedback mà họ mới biết rằng áp huyết chưa hạ thấp đủ, hay các cơ bắp trong người còn căng cứng, chưa hoàn toàn nghỉ ngơi. Các dụng cụ này giúp cho người bệnh tăng thêm sự tin tưởng vào phép thư giãn để chữa trị.

Từ cuối thập niên 1970, sau khi cuốn sách Relaxation Respond (Đáp ứng của sự thư giãn) do bác sĩ Hebert Benson ra đời, người Âu Mỹ đổ xô đi tìm học các cách thư giãn Đông phương như Yoga, Khí công và Thiền. Một trong các cách thiền tập gây được sự chú ý của rất đông quần chúng là phương pháp Thiền Tỉnh thức hay Thiền Chánh Niệm (Mindfulness practice) của Làng Mai, do Thiền sư Nhất Hạnh khởi xướng. Vị hòa thượng trụ trì tu viện Làng Mai (Pháp quốc) ngày nay được báo giới tây phương coi là Người Cha Đẻ của Chánh Niệm (The Father of Mindfulness - Sylvia Thomson/báo Irish Times, April 10, 2014). Cuốn Phép Lạ của sự Tỉnh Thức (The Miracles of Mindfulness) xuất bản năm 1974 đã xử dụng danh từ Mindfulness, vốn không được dùng từ thế kỷ 16 tới thế kỷ 20. Và ngày nay phép thực tập chánh niệm trở thành một cuộc phong trào cách mạng trên thế giới, như chủ đề Mindful Revolution mà báo Time magazine đã nêu lên (số báo 23 Jan 2014).

Một trong những người áp dụng rất giỏi phép thiền tập Mindfulness vào việc chữa bệnh là tiến sĩ tâm lý Jon Kabatt-Zinn, người đã dùng Chánh niệm và nhiều giáo lý của đức Phật Thích Ca áp dụng trong việc giúp các bệnh nhân hoặc khỏi, hoặc lành bệnh, sống bình an trong giai đoạn cuối của các chứng bệnh khó chữa.

Thực tập Chánh Niệm (Mindfulness) để lành bệnh

Tiến sĩ tâm lý Jon Kabat-Zinn mở những khóa học 8 tuần lễ về cách Giảm Áp lực và Thư Giãn (Stress Reduction and Relaxation Program, viết tắt là SR & RD). Sau 10 năm làm việc, quan sát và ghi chú về hiệu quả của các khóa học trên khoảng 4000 bệnh nhân đã theo học các khóa đó, ông Jon viết ra cuốn sách rất nổi tiếng:"Sống với tai họa" (FCL -Full Catastrophe Living), dày 500 trang, do thiền sư Nhất Hạnh đề tựa.

Bác sĩ Jon Kabbat-Zinn cho biết chương trình 8 tuần Anti-Stress của y viện Thân -Tâm hoàn toàn dựa vào phép thực tập Mindfulness (Tỉnh thức, có ý thức hay có chánh niệm). Chià khóa của sự thực tập là theo dõi, có ý thức về hơi thở trong mọi tư thế, tập một số thế yoga căn bản, thích hợp với cơ thể mỗi bệnh nhân, ngồi thiền hay thiền hành v.v... Theo bác sĩ Kabat-Zinn, Y viện Thân-tâm đã chữa trị cho hàng chục ngàn người bị nan y, và hầu hết mọi người đều đạt tới một kết quả tích cực nào đó. Tuy áp dụng hầu hết các lý giải và phương cách thực tập của phép thiền quán đông phương, có thể nói Jon Kabat-Zinn đã rất khéo léo trong việc đưa ra được vài cách thực tập mới, thích hợp với người Hoa Kỳ chuộng khoa học. Hơn thế nữa, Jon Kabbat-Zin còn biết áp dụng tài tình các giáo pháp Phật giáo như Vô Ngã (Your pain is not you), Tương duyên sinh (Connectedness)... để giúp người bệnh có các nhận thức mới mẻ về con người mình. Do đó họ có thể tự tìm hiểu, và tự giúp mình lành bệnh.

Ông cũng đưa ra những nghiên cứu của y giới từ vài thập niên qua khiến người bệnh tin tưởng hơn vào ích lợi của các bài tập chi tiết ông dạy họ. Sau đây là tóm lược các phương pháp thực tập Sống Có Ý Thức (Mindful Living) do

Tiến Sĩ Kabat-Zinn đề nghị cho các bệnh nhân bị nan y:

1. Thở và biết là mình đang thở: Hoặc nằm ngửa (không gối), hoặc ngồi thẳng sống lưng, chú ý thở bằng bụng. Hít vô hơi phồng bụng lên, thở ra, óp bụng lại. Thở từ tốn nhẹ nhàng, không cố gắng hay dụng công quá. Mỗi lần tập chừng 15 phút, một hay hai lần mỗi ngày, vào buổi sớm hay khuya tùy ý, trong một góc phòng yên tĩnh. Khi đã quen thở bằng bụng, có thể tập theo rõi hơi thở cách đó trong khi làm các công việc bình thường.

2. Quan sát các cảm xúc và ý nghĩ của bạn trong khi tập thở. Chỉ quan sát và nhận biết chứ không phê phán, xua đuổi hay bị vướng mắc vào chúng. Quan sát một thời gian, từ từ bạn sẽ có khả năng nhận biết được những thay đổi trong cơ thể và tâm hồn bạn. Chỉ nhận biết đơn thuần chứ không làm gì hết.

3. Vừa theo dõi hơi thở vừa nghe nhạc. Chỉ lắng nghe âm thanh nổi lên hay trầm xuống, nghe những giây phút lặng thinh giữa các nốt nhạc…nghe mà không phản ứng gì. Tưởng tượng cơ thể bạn trong suốt, âm thanh trầm bổng tự do ra vào khắp châu thân, qua các lỗ chân lông.

4. Tập ngồi không chú ý vào bất cứ cái gì, Chỉ ngồi mà thôi. Để tâm mở rộng đón nhận mọi cảm xúc tư tưởng với sự tỉnh thức khi chúng phát khởi hay tàn lụi. Chỉ ngồi tĩnh lặng và nhận diện một cách lặng lẽ.

5. Thiền hành: Vừa đi một cách có ý thức từng bước chân, vừa chú ý tới hơi thở. Sau một thời gian có

thể đếm bước chân trong mỗi lần thở ra/ vô. Đầu óc không nghĩ chuyện gì khác, coi việc thiền hành là việc quan trọng nhất đời mà bạn cần làm.

6. Kỹ thuật quán cơ thể theo từng lát mỏng MBS (Mindful Body Scan): nằm ngửa thoải mái, đưa hơi thở có ý thức vô ra qua từng lát mỏng (slice) của cơ thể , như đang tự làm scan bằng ý tưởng. Bắt đầu từ đầu ngón chân lên bàn chân, mắt cá, ống chân..... qua bụng, ngực rồi lên tới cổ, cằm, miệng…rồi đỉnh đầu. Thực tập từ tốn mỗi ngày một lần, có thể kéo dài tới 45 phút, bạn mới Scan hết cơ thể.

7. Tập các động tác thể dục nhẹ như Thái Cực quyền (Tài Chi), Yoga hay Khí Công nếu có các vị thầy chỉ dạy. Nếu không có thầy, mỗi ngày chỉ cần tập nhẹ nhàng, có ý thức vào từng cử động. Đây cũng là thời gian thiền có kèm thêm động tác.

Tiến sĩ tâm lý và tác giả nhiều sách nổi tiếng Joan Borysenko đã viết lời phi lộ đại ý như sau: "Nhờ thiền quán, người ta từ từ hiểu được sự tương quan giữa các cảm xúc cùng áp lực tinh thần (stress), với những bệnh hoạn của cơ thể. Tác giả Jon Kabat-Zinn rất khéo léo trong việc hướng dẫn chúng ta thực tập thiền để trở về sống trong giây phút hiện tại, chứng nghiệm được những gì đang thay đổi trong thân tâm mình, thay vì để cho những lo âu, khổ não kéo ta theo. Khi đã thực tập được để trở thành một người quan sát và sống thực chứ không còn là nạn nhân của bệnh, của đau khổ, chúng ta sẽ có được khả năng và sức mạnh để thay đổi tận gốc rễ con người mình, dù cho tai họa có lớn tới đâu. Chánh niệm hay sự tỉnh thức (Mindfulness) không chỉ là một phép thiền quán mà nó còn tạo ra biết bao lợi ích về y khoa và tâm lý. Đó là lối sống giúp chúng ta trở về được với bản chất tốt đẹp và biết thương yêu có sẵn trong con người mình, ngay cả khi chúng ta bị đau đớn vì bệnh hay vì các vấn nạn tâm lý."

Chìa khóa của các thành quả trên, theo tác giả Jon Kabat-Zinn, chính là sự thực tập phương pháp sống tỉnh thức từng phút giây - sống thực sự với hiện tại, "làm chủ" mọi giây phút dù cho nó xấu hay tốt, dễ thương hay khó thương... Ông viết:

"Khả năng sống tỉnh thức (Mindful living) này, chúng ta ai ai cũng đều có sẵn. Chúng ta có thể tưởng tượng Tỉnh thức hay Chánh niệm giống như một cái lăng kính có khả năng thu hồi tất cả các năng lượng đang bị vung vãi ra trong nhiều phương. Lăng kính đó thu góp tất cả các năng lượng đang phân tán kia, biến chúng thành ra một nguồn năng lượng lớn mạnh cho phép chúng ta sống trọn vẹn giây phút hiện tại, và cho chúng ta khả năng giải quyết các vấn đề, chữa lành các căn bệnh.

"Bình thường chúng ta do thói quen hoặc vì không hiểu biết, đã phí phạm một số năng lượng vô cùng lớn trong các phản ứng tự động và vô ý thức của mình. Nuôi dưỡng Chánh Niệm là học cách đánh thức và thu góp các nguồn năng lượng vô dụng ấy để dùng vào việc trị liệu các vết thương, nuôi dưỡng và làm mới thân tâm mình. Có chánh niệm, chúng ta sẽ có khả năng biết rõ cách mình đang sống, do đó biết cách thay đổi để sống khỏe mạnh và tươi tốt hơn lên. Ngoài ra, chánh niệm khiến chúng ta có khả năng đối phó với các tai biến một cách hữu hiệu hơn..."

"Đó là năng lượng của chính mình, nên lúc nào chúng ta cũng có thể dùng được nó, nếu như chúng ta đã tập được các phương pháp thở tỉnh thức. Chánh niệm cũng đưa chúng ta tới trạng thái tĩnh lặng sâu xa, và sự hiểu biết sáng suốt nhất (các Phật tử gọi là định và tuệ). Nó giống như một miền đất mới mà chúng ta chưa khám phá - trong đó có giếng nước chứa đầy năng lượng tốt giúp chúng ta hiểu được con người mình và chữa lành bệnh. Chúng ta có thể đi tới cái giếng đó khá dễ dàng: chỉ cần chúng ta không một lúc nào rời xa hơi thở và thân, tâm mình. Suối nguồn năng lượng đó luôn luôn ở trong mỗi người, độc lập với những vấn nạn của bạn. Dù cho bạn bị bệnh tim hay ung thư, dù cho bạn đang đau đớn hay chỉ bị căng thẳng vì công việc, lúc nào nó cũng vẫn là nguồn năng lượng tốt nhất của bạn."

Jon Kabat-Zinn kết luận: "Phương pháp nuôi dưỡng cái tâm tỉnh thức (Mindfulness) là trái tim của phép thiền quán Phật giáo, được phát triển suốt chiều dọc khoảng 2500 năm nay tại nhiều xứ Á Châu. Ngày nay phép thiền tập này đang lan rộng khắp các xứ Âu Mỹ. Tuy bắt nguồn từ đạo Phật, nhưng Thiền quán có giá trị rất căn bản và phổ cập. Tỉnh thức có nghĩa là chú tâm hết sức, nhìn sâu vào tự thân để tìm hiểu chính mình. Do đó trong y khoa, chúng ta có thể dùng Thiền quán để thực tập tỉnh thức mà không cần viện dẫn tới tôn giáo. Tỉnh thức tự nó là một năng lượng rất lớn để chúng ta tự tìm hiểu và chữa lành bệnh.".

Theo Jon Kabat-Zinn : "Không có một thứ thần dược nào có thể giúp chúng ta được miễn nhiễm, không bị Stress và không bị đau, cũng không có ma thuật nào phù phép, giúp chúng ta giải quyết ngay được các bệnh nan y. Chúng ta cần có ý thức về khả năng tự chữa lành trong con người mình bằng cách học để biết đối phó với những áp lực của đời sống... Càng ngày càng nhiều người thực tập thiền quán để tự tìm được lối sống có hạnh phúc trong tâm nhờ giảm thiểu được stress hàng ngày. Họ hiểu rằng họ không thể trông chờ vào ai ngoài mình, nhất là khi bị bệnh nặng hoặc khi gặp các thảm họa."

Giảng về tâm chánh niệm, đức Đạt Lai Lạt Ma thứ 14 nhiều lần nhắc nhở độc giả là :

"Tâm tỉnh thức hay tâm chánh niệm thật kỳ diệu và đáng trân quý như ngọc như ngà, trên hết mọi tâm khác. Chỉ đạt được tâm đó đã có nhiều phước báu rồi. Ngay trong cõi luân hồi, nó mang cho ta nhiều quả tốt như tâm hồn được bình an, sống hòa hợp với môi sinh. Khi chánh niệm trở thành động cơ tạo ra các hành nghiệp của ta, thì phước báu sẽ tiếp tục tuôn tràn..." (Sách "Sống Hạnh Phúc Chết Bình An")

CHƯƠNG 3
LÀNH BỆNH NHỜ PHÉP LẠ?

Trung bình cứ vài ba tháng tôi lại nghe tin một người quen đâu đó bị cancer. Trong số những người rất thân, tới nay đã có tới hơn 10 người bị chứng bệnh nan y này, nhưng cũng có tới 4-5 người khỏi bệnh như một phép lạ.

Theo bác sĩ Bích Liên, chuyên khoa về ung thư tại quận Cam, thì với đà tiến triển khả quan của Y khoa ngày nay, nhiều bệnh nhân bị cancer đã được chữa trị thành công, dứt bệnh và sống bình thường thêm vài mươi năm. Cancer không còn là thứ nan y mang án tử hình cho tất cả các bệnh nhân như trong thế kỷ 20. Hơn thế, y khoa còn có thể giúp chúng ta phòng ngừa vài ba chứng như ung thư ruột già, ung thư cổ tử cung … nếu như chúng ta đi khám bệnh định kỳ đều đặn.

Theo các cuộc nghiên cứu của một số các bác sĩ y khoa và tâm lý gia, những người may mắn thoát được căn bệnh hiểm nghèo đó hầu như đều có ba yếu tố căn bản:
- Gặp đúng thày đúng thuốc
- Bệnh nhân nhất thiết muốn lành bệnh nên có quyết tâm chữa trị
- Và nhất là họ có lòng tin vào khả năng lành bệnh của chính mình.

Dù cho căn bệnh của họ mới phát khởi (ở giai đoạn 1 hoặc 2) hay đã ở tình trạng khá nặng nề (giai đoạn 3, 4 hay giai đoạn chót), nhưng với ý chí "muốn sống" và tinh thần "tự cứu mình", nhiều người đã khỏi bệnh Cancer dù cho họ đã bị bác sĩ tuyên án tử (sẽ chết sau 3 hoặc 6 tháng vv…).

Tiếng nói của một số bác sĩ

Những nghiên cứu trong mấy thập niên qua của nhiều bác sĩ Hoa Kỳ nổi tiếng như H. Benson, Joan Borysenko, Jon Kabat-Zinn, B. Siegel, Deepa Chopra đưa ra nhiều khám phá mới về việc chữa trị các bệnh nan y như Cancer, MS (Multiple Sclerosis), Aids vv….trong đó, yếu tố tâm linh và khả năng tự cứu của người bệnh rất quan trọng. Các tác giả nói trên đều có quan điểm chung là:

Khả năng tự cứu, tự lành bệnh chỉ phát triển ra được trong những bệnh nhân có cái tâm bình an, hiểu được con người mình và có thái độ tích cực (tin tưởng, hy vọng) trong việc chữa bệnh, hoặc có ý muốn sống còn để nuôi nắng, giúp ích con cháu hay phục vụ tha nhân.

Nữ tiến sĩ tâm lý Norine Johnson, chủ tịch hội các tâm lý gia Hoa Kỳ, đã bị cancer 19 năm trước, nay đang sống hạnh phúc và năng động, cũng có quan điểm tương tự như trên:

"Tôi khỏi bệnh, sống vui được bao năm nay là nhờ có các bác sĩ giỏi, nhờ gia đình bạn bè giúp đỡ và các phép tâm lý trị liệu". Là một người trong nghề nên Norine biết rõ về kết quả các nghiên cứu tâm lý, *chứng tỏ các bệnh nhân cancer cả hai phái nam nữ đều có nhiều cơ hội khỏi bệnh hơn nếu sau các chữa trị y khoa, họ được chăm sóc về tinh thần.*

Nữ bác sĩ Bích Liên tại Quận Cam, chuyên chữa trị ung

thư, cũng cho rằng yếu tố tinh thần rất quan trọng trong việc chống lại bệnh:" Những ai có gia đình nâng đỡ và có niềm tin tâm linh đều dễ có phản ứng tốt đối với các phép chữa trị hơn, dễ lành bệnh hơn."

Khi tai nạn hay bệnh tật ào tới, đa số chúng ta đều lúng túng như bị té từ đỉnh núi xuống vực sâu một cách bất ngờ. *Không thay đổi được hoàn cảnh bất hạnh, nhưng nếu muốn, chúng ta có thể thay đổi được chính mình.* Chúng ta nếu có quyết tâm, ai cũng có thể tập được những thói quen mới, tập suy nghĩ một cách có ý thức và tích cực hơn trước, chúng ta thay đổi để những tình cảm tiêu cực như sợ hãi, buồn bã, để chúng không còn chỉ huy được tâm trí mình. Chuyện rủi nhiều khi lại cho chúng ta dịp may để chuyển đổi con người mình, sống có hạnh phúc nội tại hơn xưa. Kinh nghiệm của các bệnh nhân thoát chết cho thấy chúng ta chỉ cần đổi "cách nhìn" là ta có thể sống có ý thức từng phút giây, có thể làm hòa bình với các bệnh nan y. Khi sống an vui được trong hiện trạng của mình, thì từ từ, "phép lạ" sẽ xảy tới: chúng ta sẽ thắng được bệnh khổ và vui hưởng cuộc sống tốt đẹp hơn.

Chúng tôi có duyên may được quen biết một số bạn đã khỏi bệnh như có phép lạ. Xin được tường thuật trung thực với quý độc giả. Tuy được phép của các bạn nhưng chúng tôi cũng xin thay đổi danh tánh và địa phương người bệnh, để tránh phiền hà cho họ và gia đình.

Bệnh cũng là một ân sủng
Chuyện Thầy Pháp Đăng

Là một tăng sĩ từ 20 năm trước, thầy Pháp Đăng bị đau bụng năm sáu tháng trước khi về Việt Nam (cuối năm 2010). Sau ngày hoàn thành Trai đàn chẩn tế ở Huế để cúng cho phụ thân,Thầy phải vô bệnh viện gấp để giải phẫu cắt cục u (lớn bằng quả trứng vịt) và một phần ruột già vì thầy bị ung thư trực tràng ở thời kỳ chót. Bác sĩ giải phẫu Tôn Thất Cầu (viện ung bướu Huế) nói là sau khi giải phẫu, trong vòng. một tháng thì thầy phải chữa thêm bằng thuốc (hóa trị), nếu trễ, tế bào ung thư có thể mọc lại thì bó tay thôi.-

Không tin tưởng phương pháp trị bệnh bằng hóa chất, thầy Pháp Đăng chỉ dưỡng bệnh tại chùa Từ Hiếu ít ngày rồi bay vào Sàigon để sửa soạn qua Làng Mai tiếp tục tu tập và dưỡng bệnh, sống với tăng thân, các anh em bạn đạo mà thầy đã sinh hoạt chung từ năm 1990.

Thầy nói chuyện với người phỏng vấn thầy như sau::

"Mình tin lời bác sĩ nhưng mình tin Phật hơn. Mình thấy như thế này. Sống chết đều có cái mạng do nghiệp lực. Nếu nghiệp mình phải chết thì làm cách gì mình cũng chết ạ. Cho nên sống được vài tháng mình cảm thấy hạnh phúc rồi. Nhưng thật sự, mình không tin phương pháp hóa trị. Lý do mình cũng có nghiên cứu sơ qua về các loại hóa chất. Chất hóa trị ấy tàn phá không chỉ tế bào ung thư mà tàn phá hết cả cơ thể. Sau khi xuất viện, mình đã quyết định không hóa trị, dù bác sĩ thúc như thế nào đi nữa. Bác sĩ bảo là điều trị ít nhất là tám tháng, mỗi tháng hóa trị một lần. Quyết định qua Làng Mai để nương tựa Sư Ông và Tăng thân, mình định sẽ dùng phép hành thiền và ăn cơm gạo lứt theo pháp Osawa để điều trị..."

Khi vào Sài Gòn để sửa soạn đi Pháp, thầy Pháp Đăng được giới thiệu với một cô lương y ở Thủ Đức và một thầy ở Saigon. Cả hai tận tình coi mạch và hốt thuốc đông y cho thầy. Đặc biệt cô y sĩ cũng xoa bóp cho thầy mỗi ngày để đẩy cho khí huyết lưu thông, và đẩy cho độc tố ra khỏi cơ thể.

Hàng ngày thầy Pháp Đăng ngồi thiền đều đặn vào buổi sớm, rồi sau khi ăn sáng xong, thầy đi thiền hành vài vòng ra bờ sông, về lại ngồi thở thêm một thời nữa. Sau đó là gặp

các lương y. Sau buổi nghỉ
trưa, thầy ra ngồi thiền bên
bờ sông rồi về chùa tụng
Sám Hối và Kinh Pháp
Hoa. Buổi tối lại thêm một
giờ thiền tọa nữa trước khi
đi ngủ.

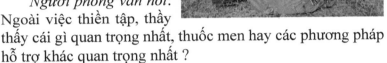

Người phỏng vấn hỏi:
Ngoài việc thiền tập, thầy
thấy cái gì quan trọng nhất, thuốc men hay các phương pháp
hỗ trợ khác quan trọng nhất ?

Trả lời: Quan trọng nhất là cái tâm của mình. Mình nghĩ
chắc chắn sẽ lành, cho nên mỗi khi có ai hỏi thầy sao rồi.
Mình trả lời là mình đang lành lại. Thứ hai là sống vui. Mình
không biết rõ sống thêm được bao nhiêu ngày nên tự động
sống vui. Mình ráng để vui cười và yêu đời cả ngày.... Nếu lo
sợ nhiều quá thì cơ thể tổn hao năng lượng, mà năng lượng
rất là quan trọng vì nó sẽ giúp cho hệ thống đề kháng của
mình mạnh thêm.

Hỏi: Thầy có muốn nhắn nhủ với chúng con những gì
khi bị bệnh tật không? Cái quan trọng nhất theo thầy nói là
tinh thần của mình. Như vậy làm thế nào để mình có niềm tin?

Trả lời: Mình thấy rõ ràng là thời gian tu tập với Tăng
thân trong 20 năm đã tu luyện tinh thần cho mình. Cho nên
khi gặp bệnh thì mình có niềm tin rất mạnh, không bị lo
lắng sợ hãi như người ta thường bị. Chính cái hoảng sợ đó
làm cho mình chết sớm chứ không phải căn bệnh. Hoảng
sợ làm cho mình ăn không ngon, ngủ không yên, mất nhiều
năng lượng. Khi mất nhiều năng lượng, tế bào ung thư sẽ tấn
công trở lại. Vấn đề là đời sống tu học, thực tập hàng ngày
rất quan trọng.

Thứ hai mình có niềm tin rất vững giáo lý về nghiệp.

Hễ nghiệp mình chết sớm thì có xin thêm một ngày cũng không được. Nếu nghiệp mình chưa chết thì không bao giờ chết sớm được. Đừng có sợ chết phải chấp nhận đối diện với sự thật là mình còn sống trong vài tháng nữa để sống cho hết lòng, đàng hoàng.

Sự thật khi gần chết, mình sống sâu sắc lắm. Bệnh cũng là một ân sủng. Bệnh là món quà báo động cho mình: Anh chỉ còn thời gian ngắn để sống, thay vì lo sợ thì mình sống vui lên. Nó là cơ hội thay đổi nếp sống. Thứ ba phải tin tưởng rằng mình chắc chắn sẽ lành bệnh thì tự nhiên nó tạo ra sức mạnh để hồi phục...

Mình xin nói một điều cuối là khi gặp bệnh tật thì bạn đừng có sợ hãi. Hãy xem đây là một ân sủng, món quà của cuộc đời tặng để bạn sống sâu sắc những giây phút còn lại. Nếu bệnh tật quyết định bạn chỉ còn có một năm nữa hay ít hơn thì cũng là một món quà quí. Vấn đề là sống vui. Đôi khi từ giai đoạn chỉ còn một năm nữa, có thể bạn lại sống thọ lâu hơn.

Cơ thể chỉ là một phần nhỏ, cái tâm mới mạnh mẽ và vĩ đại hơn nhiều. Cái tâm có thể chuyển được tình trạng của cơ thể. Bệnh tật không thể nào tránh được, có khi do nghiệp lực nhưng đôi khi do các chất độc từ thức ăn thức uống tạo ra. Quan trọng là khi đối diện với nó, bạn nhớ đây là món quà, mà đừng lo sợ. Chính cái lo sợ làm cho bạn chết sớm. Bao nhiêu người chết đều do lo sợ, không chấp nhận cái bệnh và cứ suy nghĩ cái bệnh này chắc chắn không có thể trị được.

Tất cả các khó khăn gì trong thân thể và nỗi khổ đau gì trong tâm hồn đều có thể trị lành. Bạn phải có niềm tin như vậy. Thời gian trị bệnh vừa qua, ai cũng nghĩ hai vị lương y đó đã trị lành cho mình, nhưng vẫn có những người khác uống thuốc của hai người ấy vẫn chết như thường. Vậy, bạn phải tin vào sự tu tập, và thực tập chuyên cần để luôn có niềm vui. Lòng tự tin của bạn mới là phương pháp trị liệu cao nhất.

Hiện nay Thầy Pháp Đăng sống rất khỏe mạnh, luôn cùng tăng đoàn Làng Mai đi hoằng pháp khắp nơi, từ Làng Mai Thái Lan tới phật học việc Âu Châu (Đức quốc) và trong "tour" Bắc Mỹ năm nay (2015).

Câu chuyện của Mi

Năm nay khoảng lục tuần, chị Mi đã thoát chết được hơn 10 năm qua, sau khi bị giải phẫu óc tất cả 9 lần và sống trong tình trạng hôn mê (coma) nhiều hơn tỉnh táo, trong thời gian gần hai năm trời. Chị Mi bị bệnh Hydrocephalus - quá nhiều nước lưu chuyển trong bộ óc, vì các khe (ventricles) trong não bộ bị dãn nở ra.

Bệnh cuả chị Mi phát khởi bất ngờ, không hề có triệu chứng gì trước. Trong một đêm kia, chị hoàn toàn mất tỉnh táo, nói và làm những chuyện như người bị mộng du, sống hoàn toàn với quá khứ cách đó vài chục năm. Bác sĩ khám nghiệm, giải thích rằng hệ thống chất lỏng trong bộ não bị tắc nghẽn, không được thải xuống phía dưới, do đó não bộ cuả chị không hoạt động bình thường được nữa. Bắt đầu chị Mi chỉ mất trí nhớ, nhưng từ từ, chị bị tê liệt toàn thân, rồi vào hôn mê (coma), mắt có khi mở nhưng chỉ nằm như khúc gỗ! Sau khi giải phẫu thông cho chất lỏng trong não thoát ra, các bác sĩ cho biết chỗ bị nghẽn ở tầng thứ ba (trong cổ). Thông xong, chị Mi tỉnh lại, có thể nhận biết ngay gia đình, trí óc hoạt động như một người bình thường. Nhưng chỉ được mấy ngày, ống lại tắc và chị Mi lại chìm vào cơn mê! Các bác sĩ Mỹ tận tình cứu chị Mi, giải phẫu tất cả 10 lần để đặt ống dẫn nước nhân tạo, thay thế đường dẫn thiên tạo, nhưng mỗi lần cũng chỉ giúp chị Mi tỉnh lại được ít ngày!

Theo lời anh chị Mi tường thuật, nguyên nhân cuối cùng và cũng có thể là một nhân duyên chính khiến chị thoát chết, nay sống cuộc đời bình thường được, có lẽ là nhờ sự cứu độ của đức Quán Thế âm, thể hiện phép mầu qua định lực của tỳ kheo Buddha Yano, người Thái lan.

Tỳ kheo Buddha Yano sanh năm 1951, đi tu từ khi lên 9 tuổi. Ngay từ khi lên 4, ông đã nói với mẹ "Con là một nhà sư ". Sau khi được thọ giới tỳ kheo (năm 20 tuổi), Buddha Yano thiền tập 24 năm trong rừng già xứ Thái, có khi qua cả các xứ lân bang như Miến Điện, Lào, Căm Bốt. Năm 1994, khi ngồi thiền tại một hang động trong ngôi chùa nhỏ, vùng núi Mã Hồng Sơn (phía Bắc Thái lan), ông "nhìn thấy rõ" ông cần phải qua Ấn Độ để tu học và hoằng pháp. Sau khi đỗ tiến sĩ tâm lý tại đại học Magadh (Ấn Độ), tỳ kheo BuddhaYano hoằng pháp liên tục tại Thái Lan, Ấn Độ và ngày nay tại Hoa Kỳ.

Tỳ kheo Buddhayano đã lập nên hội Phật học Thái Lan và khởi công xây chùa Wat Pa Buddhagaya tại Bồ Đề Đạo Tràng (Ấn Độ) từ năm 1995, hoàn tất vào năm 2006. Buddhayano cũng là vị sư đã tặng 20 mẫu đất cho thầy Hạnh Nguyện ở Chiang Mai (Thái Lan) để xây tu viện Việt Nam (Cực Lạc giới tự), đã được khánh thành vào tháng 11 năm 2006.

Gia đình chị Mi có duyên may gặp được ông thầy khi ông hoằng hóa Phật pháp tại địa phương chị sống. Dù chỉ ở đó ít ngày, thầy Buddhayano đã nhận lời tới bên giường bệnh cầu nguyện cho chị. Đó cũng là thời gian anh Mi đang tuyệt vọng, vì nhà thương và hãng bảo hiểm đang sửa soạn đưa chị vào nhà dưỡng thân (Nursing home) vì bệnh chị không có biến chuyển nào, và vì hãng bảo hiểm đã tiêu ra cho chị tối đa (khoảng gần một triệu đô la)! Đó là lúc gia đình chị cũng đã chi tiêu gần như hết sạch của cải cho việc chữa trị trong hai năm qua. Chồng chị Mi không tìm được cách xoay sở nào khác để có một viễn tượng sáng sủa hơn. Anh chỉ còn biết chú tâm cầu khẩn đức Quan Âm - vị bồ tát đã từng giúp anh trong thời niên thiếu. Theo lời kể chuyện của anh Mi, khi anh còn nhỏ, trong một lần chạy trốn máy bay (Pháp) ở miền quê Việt Nam, anh đã nghe tiếng Bồ Tát chỉ lối cho anh và thoát chết trong gang tấc. Hồi 10 tuổi bị bệnh thương hàn rất nặng, anh nằm thoi thóp, bỗng có một ông già từ quê nội tới gõ cửa nhà anh, xin vào để "chữa bệnh cho cậu bé đang ốm, theo lời chỉ dạy của đức Quan Âm trong giấc mộng". Ông già này ở cùng quê nhưng không quen biết nhiều với gia đình anh, và cũng không phải là thầy lang nổi tiếng.

Anh Mi cho biết sau một tuần lễ cầu nguyện với tượng Quan Âm ở trong vườn sau nhà, một buổi chiều anh đang thiu thiu ngủ, bỗng thấy bóng một bà áo trắng đứng phía đầu giường, nói với anh "Ta sẽ cứu con!" Anh giật mình thức dậy, nghĩ là bà cô họ tới thăm, an ủi anh đang phải chịu cảnh khổ cực. Nhưng tìm hoài quanh nhà không thấy ai, anh Mi nghĩ thầm, có lẽ Bồ Tát đã thị hiện. Mấy ngày sau đó, do sự thỉnh cầu của một cô cháu họ xa của anh Mi, ông thầy Buddhayno đã khởi tâm từ bi tới thăm chị Mi và cầu nguyện, gia hộ cho chị. Nhìn tướng mạo chị, vị sư Thái Lan cho anh Mi biết "vợ anh không chết đâu, chị là người có phước đức từ trước... để tôi sẽ cầu nguyện giúp".

Chỉ dùng một chai nước lạnh và những lời chú nguyện bên giường bệnh, chai nước thầy thầy Buddhayano dùng giống như những giọt nước chót làm tràn ly, chữa lành bệnh cho chị Mi! Khi ông thầy rời bệnh viện được chừng nửa giờ, anh Mi bỗng nhìn thấy mấy ngón tay chị động đậy! Rồi chị từ từ mở mắt, và nhận biết người thân! Hai tháng sau, chị Mi được các bác sĩ cho về nhà, trí nhớ từ từ phục hồi. Chị nhớ lại hết dĩ vãng, trừ thời gian bị nằm bệnh (hai năm).

Viết lại câu chuyện chị Mi được đức Quan Âm cứu độ, chúng tôi cũng nhớ tới chuyến về thăm Hà-nội lần đầu (1993), được nghe ông Phạm Quế Dương thuật lại chuyện ông được khỏi bệnh sau khi nhìn thấy bóng dáng của Bồ Tát trong chùa Diên Hựu. Đó là thời gian ông đại tá của chính phủ Cộng Sản chỉ mới bị cho nghỉ hưu, mất chức chủ bút tờ báo Lịch sử quân đội. Ông chuyên can thiệp giúp các làng xã giữ lại chùa chiền cho dân, không để các viên chức chính phủ chiếm làm của riêng. Thời đó ông còn tự do đi lại, gặp gỡ người thân kẻ lạ, vì ông chưa trả thẻ đảng, chưa chống chính phủ công khai như mấy năm sau này (từ 1996 trở đi).

Khi thuật lại chuyện ông cùng một số nhân sĩ Hànội đã chống chính phủ rất mạnh để cứu chùa Diên Hựu (là ngôi tự viện trong khuôn viên có ngôi chùa nhỏ danh tiếng là chùa Một Cột), ông Phạm Quế Dương tường thuật như sau :

" Thời chính phủ sắp xây viện bảo tàng Hồ chí Minh, họ cho người tới định sẽ phá chùa Diên Hựu, chỉ để lại thắng cảnh chùa Một Cột mà thôi. Tôi đang được sư cụ họ Nghiêm trụ trì Diên Hựu chữa bệnh, thì gặp ngay lúc họ tới giỡ ngói trên mái chùa! Nguyên do gặp được Sư cụ và có mặt ở chùa hôm đó, là vì tôi bị bệnh phổi rất nặng, chữa hoài ở các bệnh viện giỏi nhất miền Bắc (như bệnh viện Việt Đức, Việt Sô) cũng không bớt; chỉ còn chờ ngày chết mà thôi. Nghe lời đồn, tôi đã tới chùa Diên Hựu xin sư cụ bấm huyệt và chữa bằng thuốc ta được mấy tuần. Hôm đó nghe thấy tiếng lịch kịch trên mái, Sư cụ và tôi chạy ra sân, hỏi mấy anh đang giỡ ngói mái chùa, thì biết đó là "lệnh trên!" Tôi phải dùng chức Đại tá để cản mấy người thợ kia, bắt họ ngưng ngang tức khắc. Sau đó, tôi liên lạc ngay với các quan chức cấp bộ trưởng, rồi với thủ tướng và mấy ông bự trong đảng để vận động giữ lại ngôi chùa cổ từ bao thế kỷ. Họ cho biết cần phải phá chùa để xây lối vào viện bảo tàng của Bác (Hồ chí

Minh) cho đẹp, đúng với đồ án đã chuẩn bị! Sau nhiều vận động tích cực, kể cả báo chí thời đó cũng ủng hộ, chúng tôi cứu được ngôi chùa. Nhưng ban xây cất cũng đã làm con đường vô viện bảo tàng cao hơn mặt chùa, khiến cho sân chùa thường ngập lụt vào mùa mưa...

Ông Phạm Quế Dương thuật về giấc mơ thấy bóng Quan Âm: "Hôm đó, sau khi được chữa bệnh, tôi nằm nghỉ trong chùa, mới thiu thiu ngủ (ban ngày), thì bỗng nhác thấy bóng một phụ nữ mặc áo trắng lướt tới đầu giường đứng nhìn tôi. Mở choàng mắt dậy mới hay mình nằm mơ. Tôi thuật lại cho sư cụ, cụ bảo "Chắc là ông đã được đức Bồ tát Quán Âm tới độ cho rồi đó, nhiều phần bệnh ông sẽ thuyên giảm nay mai.". Quả thật, chỉ sau đó vài tuần, bệnh nan y của tôi lui hẳn, và ngày nay tôi khỏe mạnh như thường, cô thấy đó!"

Câu chuyện của Ngọc

Một người bạn rất thân của chúng tôi đã nhờ giải phẫu, thuốc men và thiền tập chuyên cần mà thoát được bệnh ung thư vú, dù khi được khám phá, bệnh của Ngọc đã ở giai đoạn bốn - coi như thời kỳ trầm trọng nhất.

Ngọc là một phụ nữ rất nhỏ nhắn, cơ thể mỏng manh như một cô bé học sinh trung học. Bình thường cô chỉ nặng khoảng 90lbs. Ngọc 48 tuổi khi bị cancer vú, năm 1990. Nghe tin Ngọc bị bạo bệnh, đại gia đình cô ai cũng rất lo âu vì cơ thể vốn yếu ớt của Ngọc. Sau khi giải phẫu, Ngọc được chữa bằng hóa chất trong 6 tháng rồi bằng quang tuyến trong 2 tháng. Ngọc kể lại câu chuyện chữa bệnh thành công của mình cho một chị bạn thân thiết bằng những lá thư viết sau khi hoàn tất thời gian chữa trị. Sau đây là một số những đoạn thư do Ngọc kể khi nhận tin mình bị bệnh nan y:

"Hôm ấy trời mưa, em không nhớ rõ mưa to hay nhỏ,

chỉ nhớ má mình đẫm nước, có lẽ cả nước mắt lẫn nước mưa sau khi gặp ông bác sĩ làm biopsy. Ông đã gọi tới em sau một tuần chờ kết quả, bảo em đến văn phòng ông vào buổi chiều ngày mai. Ông căn dặn thêm: "Bà nhớ đi cùng với một người thân nhé". Nghe câu đó là em đã hiểu rồi! Chắc phải là tin dữ! Một bà chị ở gần chở em tới để nghe ông bác sĩ phán cho cái câu mà em cố tránh né tuy cứ bị nó ám ảnh từ hai năm nay, khi em bắt đầu khám phá ra cái cục bướu ở ngực: "Bà bị ung thư vú!". Em chỉ nhớ có bấy nhiêu thôi về ngày hôm đó...

"Hai ngày sau, hình như trời cũng mưa to lắm, em phải trở lại gặp bác sĩ để ông ấy cho biết rõ hơn về bệnh tình và chương trình chữa bệnh. Anh xã em mới hết thất nghiệp, được làm sở mới nên không thể nghỉ để đưa em đi được. Ông xếp người Mỹ của em rất tử tế, thấy ái ngại nên lái xe đưa em đi. Em vô gặp bác sĩ và nhận thêm tin còn dữ dội hơn nữa: "Cái bướu to quá (bằng quả chanh) đã chạm vào thành ngực (Chest wall) nên bà sẽ phải giải phẫu, cắt hẳn một bên vú và sau đó điều trị thêm bằng hoá chất (Chemotherapy) và bằng quang tuyến (Radiation). Theo sách vở thì sau khi giải phẫu và chữa trị, bà có hy vọng khỏi bệnh khoảng từ 10 tới 20%... nhưng chuyện này cũng tùy vào cơ thể và tinh thần người bệnh, có khi bà có nhiều may mắn hơn, đâu biết được... Bà có muốn hỏi thêm gì không? ".

"Em nghe thế là quá đủ rồi, không còn muốn nghe thêm gì nữa nên em chỉ lắc đầu, cảm ơn ông ta rồi ra về. Ông xếp thấy em đờ đẫn, bước đi không vững nên phải lái xe về dùm em. Bây giờ nghĩ lại, em không biết những hôm ấy trời có mưa thật không hay em chỉ cảm thấy mưa vì lúc đó, trong lòng em tan hoang cùng cực?

"Em thật dại dột quá, chỉ vì sợ hãi bệnh Ung thư nên đã trốn, không đi bác sĩ khi tìm hiểu sớm về cái bướu trên ngực mình. Khi Hạnh, cô em gái em bị bệnh đó thì em mới kể cho Hạnh nghe. Cô ấy và các chị em hối thúc găng lắm, em mới chịu đi bác sĩ. Tiếp theo ngày em nhận được "bản án ung thư" đó là ba tuần lễ vô cùng khó khăn cho em. Cũng may là em còn nhớ thực tập ý thức về các hơi thở nên không đến nỗi bị chìm xuống vực sâu của lo âu và tuyệt vọng!

"Em không thích thái độ lạnh lùng cuả ông bác sĩ làm biopsy cho em nên em quyết định đi tìm một bác sĩ giải phẫu khác để cắt bỏ cục bướu chứ không để ông cắt bướu độc dùm. Con gái em lúc đó đang học tại đại học UCLA. Cháu bảo em nhà thương UCLA rất tốt nên em nghe theo con. Thế là cả tuần lễ sau đó em dùng điện thoại gọi tứ tung để xin được khám và giải phẫu ở đó. May ông bác sĩ gia đình của em có bà vợ làm việc tại nhà thương UCLA, giới thiệu cho em một bác sĩ người Mỹ lai Trung Hoa rất dễ thương...

"Có thể vì em bị căng thẳng (Stressful) quá trong vụ tìm bác sĩ mới, và lo chuyện sẽ bị giải phẫu, nên tự nhiên cái răng khôn (hay răng ngu?) của em nó sưng vù lên! Vậy là vụ mổ ngực phải hoãn lại để em uống trụ sinh và đi nhổ cái răng ngu ấy đã. Thời gian này em thật bứt rứt trong người. Thật kỳ lạ, cái cục u đó em đã giữ nó gần hai năm, nay biết nó là ung thư lại chỉ muốn vứt ngay nó đi thôi....Rút cuộc, phải một tháng sau em mới được vô nhà thương giải phẫu...."

Ngọc lướt qua cuộc giải phẫu dài một cách an toàn. Khi tỉnh dậy, cô đưa cánh tay phiá ngực bị cắt lên vẫy người thân, không bị tê cả ngày như như nhiều người cùng bệnh. Trong thời kỳ chữa trị bằng hoá chất, Ngọc sống một mình ban ngày, luôn luôn tập theo dõi hơi thở cùng các cảm xúc, ý nghĩ trong đầu. Chỉ cuối tuần Ngọc mới có chồng ở nhà và các bạn tới ngồi thiền chung.

Hàng ngày, Ngọc sinh hoạt rất chậm rãi, cẩn trọng từng bước chân, từng việc làm nhỏ nhặt trong nhà tắm hay trong bếp. Cô nghỉ ngơi và tập thư dãn thường xuyên, nên không phải uống thuốc giảm đau. Cô đọc những cuốn sách mang lại sự bình an và khích lệ cô trên con đường thực tập thiền quán theo Phật giáo. Sách gối đầu giường của Ngọc thời gian đó gồm có : *Full Catastrophy Living, Phép lạ cuả sự tỉnh thức, Nẻo vào thiền học, Relaxation Response* và *Beyond the Relaxation Response* v.v... Trong thư viết cho bạn, và trong các buổi chia sẻ kinh nghiệm chữa bệnh với nhóm tăng thân, Ngọc thường xác nhận "...Em nghĩ, trong thời kỳ chữa trị hoá chất, cái khó chịu vì phản ứng thuốc đã rất nhẹ đối với em. Em cho rằng nhờ thiền tập, tâm em được an lạc, nên những phản ứng đó không làm phiền em gì mấy. Nay nhớ lại, em thấy đó lại là thời gian em sống rất hạnh phúc - niềm hạnh phúc rất lớn do cái tâm an trú trong hiện tại. Có lẽ nhờ lúc đó không còn cách nào khác, không làm được việc gì hơn là tập theo dõi hơi thở và tâm ý mình, nên em thực tập đúng như phép thiền "hiện pháp lạc trú" mà Thầy Nhất Hạnh đã chỉ dạy nhiều lần..."

Chữa trị được ung thư nhờ phấn đấu

Câu chuyện anh Leo Huy Trần tranh đấu để được thay tủy và lành bệnh cancer từ năm 1991, nay trở thành một tấm gương sáng cho rất nhiều bệnh nhân bị nan y. Leo Huy Trần, đã từng là giám đốc điều hành cuả hội Ung Thư Việt Mỹ (VACF); một hội từ thiện được rất nhiều người kính trọng và hết lòng hỗ trợ tại quận Cam.

Sanh năm 1963, Leo bắt đầu bị đau lưng rất nhiều từ tháng 6 năm 1989. Bác sĩ gia đình cho thuốc nhưng vẫn bị đau suốt đêm, nhiều ngày phải xin nghỉ việc. Sau khi làm nội soi (Scan), bác sĩ cho biết có hai cục u ở cổ và một cục ở tụy tạng (Pancreas) đã chẹn các giây thần kinh cột sống nên gây ra bệnh đau lưng cuả Leo. Anh bị đau dữ dội trong tất cả các tư thế đi, đứng nằm hay ngồi. Bao nhiêu thuốc trị đau đều chỉ có hiệu quả chút ít.

Trong một kỳ bị xuất huyết ở ruột, Leo nhập bệnh viện, các bác sĩ cho biết anh bị ung thư, nhưng chưa rõ là ung thư gì. Anh làm thử nghiệm tại ba bệnh viện khác nhau, họ đưa ra ba giả thuyết: ung thư tụy tạng (Pancreas), ung thư bạch huyết (Leukemia); riêng bệnh viện City of Hope cho là anh bị ung thư tủy (lymphome).

Lần truy tầm ung thư đầu tiên bằng biopsy, Leo có bảo hiểm HMO. Bác sĩ giải phẫu cho biết cục u dưới tuỵ tạng quá lớn, không thể cắt được, chỉ chữa cho anh bớt đau mà thôi. Leo ngày càng yếu, đi không nổi, nhưng được rời bệnh viện về nhà ăn để dự lễ Tạ Ơn cuối cùng trong đời (tháng 11/1989). Các bác sĩ trị bệnh cho anh đều cho rằng anh không thể thoát chết.

Trong mấy ngày sống với gia đình, anh được bác sĩ Squagen, chuyên khoa về máu đã gọi điện thoại nói chuyện với anh. Ông cho Leo biết để anh tự quyết định: hoặc anh cứ chịu đựng hiện trạng, rồi có thể sẽ chết trong một hai tuần tới; hoặc anh nhập viện để chữa thử bằng một hoá chất mới, rất mạnh, tất nhiên cũng có nhiều hiểm nguy. Leo tự tìm hiểu trên computer về ung thư tủy, theo sự định bệnh của nhà thương City of Hope. Anh biết đó là một bệnh viện rất nổi tiếng về cancer nên đã tới đó xin họ dùng thuốc mới chữa cho anh.

Thuốc trị cancer gây ra nhiều phản ứng phụ rất khó chịu như ngứa ngáy, co giật, ói mửa liên miên, nhưng Leo quyết tâm chịu đựng để được chữa trị cho hết thời gian cần thiết vì chỉ sau vài ba lần hóa trị anh đã bớt đau nhiều, có thể đi thẳng lưng được. Sau chín tháng, gồm hai thời kỳ chữa trị bằng hoá chất, Leo thoát hiểm, và bệnh lui rất nhiều. Bác sĩ

Squagen cho anh biết, muốn dứt hẳn, anh cần phải thay tủy. Nhưng bảo hiểm HMO cuả Leo không chịu chấp thuận việc thay tuỷ tốn kém này.

Cuộc tranh đấu bằng thư từ cuả Leo với hệ thống bảo hiểm HMO bắt đầu và kéo dài nhiều tháng. Anh đã tìm các tài liệu trong Internet về luật lệ y tế, biết cơ quan FDA công nhận phép thay tủy, là một phương cách chưã bệnh hữu hiệu, nên anh dưạ vào đó mà đòi hãng bảo hiểm phải chấp nhận trả chi phí thay tủy cho anh. HMO chỉ cho anh thay tủy tại bệnh viện Hope vì họ sẽ bớt cho HMO 10% chi phí. Nhưng Leo, cũng nhờ tìm tòi, biết bệnh viện St Joseph mới là nơi có bác sĩ Winston Ho, chuyên khoa thay tủy giỏi nhất, nên anh lại tới đó để thương lượng, xin họ bớt cho 10%.

Cuộc thay tủy của Leo hoàn tất tốt đẹp vào tháng 3/1991, và chỉ 4 tháng sau, Leo có thể bắt đầu vào sở mỗi tuần một ngày, rồi từ từ tăng giờ làm việc thêm. Sau khi sức khoẻ bình phục hoàn toàn, Leo tham gia vào hội Á Châu hiến tủy để làm việc thiện nguyện. Anh rất cảm phục bà giám đốc sáng lập của cơ quan. Bà giám đốc và bác sĩ chuyên khoa ung thư Bích Liên là hai phụ nữ anh Leo rất kính trọng, có thể nói không thua đức Giáo Hoàng, vì anh thấy rõ hai vị nữ lưu này làm việc thiện hoàn toàn vì lòng bác ái vị tha.

Trong khi nằm bệnh viện chữa trị, Leo giật mình vì các bills của họ tính với hãng bảo hiểm vì họ cho giá các vật dụng hay thuốc men thông thường rất đắt, có thể nói gấp hàng chục, hàng trăm lần giá bình thường. Thí dụ như một cái bàn chải răng giá 7.5 đô la, một viên thuốc Tylenol giá 8.25 đô la! Anh bị các hãng đòi nợ gọi điện thoại liên tục, và anh bắt đầu cuộc tranh đấu chống lại cả HMO lẫn bệnh viện và một số bác sĩ đã tính tiền dịch vụ và vật giá nặng quá đáng. Anh chấm dứt chuyện bị nghe điện thoại đòi nợ bằng cách đi bác sĩ tâm lý để lấy chứng cớ rằng tinh thần anh bị khủng hoảng vì bị các hãng đòi nợ quấy nhiễu (harassment) quá đáng. Trong khi đó, anh tìm tòi các dữ kiện để kiên trì chống lại những cái bills vô lý kia. Nhờ vậy mà bảo hiểm không thể can thiệp vào việc chữa trị hay yêu cầu bệnh viện ngưng nửa chừng, trong khi anh cần được bác sĩ chăm sóc, thuốc men dài dài để chờ ngày thay tủy.

Theo kinh nghiệm của anh Leo, người bệnh và gia đình họ nên lựa chọn bệnh viện trước khi chọn bác sĩ. Vấn đề quan trọng là phải tìm hiểu rõ về bệnh trạng của mình, về các cách chữa trị, và đừng sợ hãng bảo hiểm! Khi họ dọa nạt hoặc không cho phép làm những gì mình cần, chúng ta phải tìm đủ lý lẽ để đòi hỏi được chữa trị đúng mức. Anh cũng cho biết có nhiều bác sĩ Việt Nam rất giỏi và có lương tâm, vì không phải chỉ có bác sĩ người Mỹ mới tốt.

Chúng ta không chỉ là con người...

"Chúng ta không chỉ là con người có kinh nghiệm tâm linh, mà chúng ta chính là những thực thể tâm linh trải qua kinh nghiệm làm người". Câu danh ngôn trên của linh mục Teilhard De Chardin (1881-1955) được coi là một nguồn an ủi vô song cho những ai đang đau khổ vì thất tình lục dục, hay bị vướng vào những căn bệnh ngặt nghèo. Đối với tác giả, cuộc đời làm người của chúng ta chỉ là một chuỗi những kinh nghiệm vui có buồn có, nhưng đó không phải là con người toàn diện của ta - vốn là một thực thể tâm linh, có đời sống cao xa hơn cái thân người xương thịt này rất nhiều.

Theo nhà vật lý học cũng là tác giả danh tiếng Gary Zukav, con người với năm giác quan bình thường (five sensory human - con người ngũ quan) chỉ là một phần của con người toàn diện, có nhiều giác quan (Multisensory human: con người đa giác). Cuộc đời ngắn ngủi gần 100 năm của chúng ta chỉ là một mẩu thời gian rất nhỏ, so với chiều dài vô tận của những kiếp sống chúng ta đã trải qua hay sắp đi tới.

Ông Gary Zukav cho rằng các nhà khoa học và triết gia lớn của nhân loại như Carl Jung, William James, Niels Bohr va Albert Einstein... đều đạt tới một sự hiểu biết cao sâu hơn những gì họ diễn tả bằng ngôn ngữ bình thường cuả khoa học vật lý hay tâm lý. Ông nghĩ rằng các nhà bác học kia không chỉ làm việc tận tụy suốt đời vì những danh vọng thế tục hay vì muốn các đồng nghiệp phải kính phục. Họ phải đã đạt tới một từng lớp, một nơi chốn nào đặc biệt, lớn rộng hơn không gian, vượt ngoài cả thời gian cuộc đời của một con người tầm thường.

Theo vật lý gia Zukav, hiện nay loài người đang tiến hoá về hướng đó - hướng vượt quá biên giới của tôn giáo, và tâm linh. Theo ông, con người ngũ quan (Mắt, mũi, tai, lưỡi, thân) đang tiến hoá để trở thành con người đa giác, có nhiều giác quan hơn. Nhờ đó, họ sẽ có nhiều kinh nghiệm hơn, có cơ hội lớn lên và tránh được nhiều khó khăn hơn. Con người đa giác không tốt hơn hoặc xấu hơn con người chỉ có ngũ quan, họ chỉ thích hợp hơn với thời đại mới mà thôi. Giống như thời đại dùng nến, dùng đèn dầu nay đã nhường chỗ cho đèn điện vậy.

Con người đa giác (Multisensory human)

Gary Zukav là nhà vật lý tốt nghiệp từ trường Harvard, nổi tiếng thế giới sau khi ông viết và được giải thưởng về cuốn sách khoa học "Vũ điệu cuả các nhà vật lý" (the Dances of Wu Li masters - 1979). Mười năm sau, 1989, ông cho ấn hành cuốn "Chỗ trú ngụ của Linh hồn " (The seat of the soul), cũng trở thành một cuốn sách bán chạy nhất khắp nước Mỹ.

Gary Zukav viết trong lời mở đầu cuốn sách:"Không ai có thể được coi là một thứ chuyên gia thượng thặng trong kinh nghiệm làm người. Suốt cuộc đời, chúng ta trải qua những kinh nghiệm sống động, luôn thay đổi, kể cả cái thân này và các ý tưởng trong tâm. Ông viết cuốn sách "The seat of the soul" với sự hiểu biết về khoa học, chỉ mong chia sẻ được với mọi người những điều ông cảm nhận và nhìn thấy, "như một cánh cửa sổ mở vào đời sống phong phú của tâm linh".

Theo Gary Zukav: Trong trường học, chúng ta hiểu chữ Tiến Hóa, là sự tiến hoá của các vật thể. Chẳng hạn như sinh vật đầu tiên chỉ có một tế bào, sống trong nước biển; sau đó tiến tới các sinh vật nhiều tế bào, càng ngày càng phức tạp như loài cá - rồi tới ngựa, rắn, khỉ và cuối cùng là loài người...

"Thuyết tiến hoá giúp cho chúng ta hiểu được những nguyên lý căn bản của vũ trụ một cách cụ thể: Qua năm giác quan, chúng ta cũng hiểu rằng mọi nguyên nhân đều gây ra kết quả. Ta cũng nhìn thấy hậu quả của một ý hướng, một cảm nghĩ xấu tốt trong con người. Chúng ta hiểu rằng khi thiếu sự tương kính, con người thường trở nên tàn bạo và cô đơn.

"Khi các nhận thức của chúng ta bị giới hạn bởi năm giác quan mà thôi, mục tiêu đời sống của ta chỉ là sự tìm kiếm quyền lực đối với người chung quanh, cũng như tìm quyền lực đối với hoàn cảnh hay thiên nhiên. Mọi người đều chỉ muốn cạnh tranh với người khác để có quyền lực nhiều hơn. Thứ năng lượng ham quyền lực do chúng ta sản xuất đã chia lìa Romeo và Juliet. Nó cũng làm tan vỡ biết bao gia đình, gây ra chiến tranh tại Việt Nam, tại vùng vịnh v.v...

Tranh dành quyền lực là căn nguyên của mọi bạo động, kể cả sự tranh dành giữa các tôn giáo. Tất cả những thứ quyền lực mà chúng ta có thể nhìn thấy, nếm hay ngửi được đó, chỉ là thứ quyền lực bên ngoài - nó có thể mất đi rất dễ, nó cũng đưa tới bạo hành và tàn phá, sợ hãi và thù hận. Từ đó, làm tan hoang tâm lý mọi cá nhân, tâm thức cộng đồng...

"Nhưng con người có khả năng hiểu biết sâu xa hơn, có ý thức hơn để thấy rằng có một thứ quyền lực khác. Đó là một thứ năng lực khiến cho ta yêu đời sống từng giây phút, thưởng thức mọi sự vật chung quanh mà không phán xét, không tranh dành. Chúng ta nhờ năng lực đó mà có thể hiểu được ý nghĩa cuả từng điều rất nhỏ trong trời đất. Nghĩa là chúng ta đứng ở vị thế cao đẹp nhất của con người: tư tưởng, cảm xúc và hành động của chúng ta đều có mục tiêu, có ý nghĩa. Đời sống tràn đầy niềm vui và trở nên rất phong phú. Chúng ta không có chút cay đắng cũng không sợ hãi với bất kỳ hoàn cảnh nào: Chúng ta tiếp xúc được với nền tảng sâu xa nhất trong con người đa giác quan trong ta.

"Con người tiến hoá với nhiều giác quan có khả năng nhìn thế giới vật chất (mà con người ngũ quan thường hiểu) trong một khung cảnh lớn rộng hơn, tiến hoá hơn. Họ có thể biết được những năng lực tiềm ẩn đóng vai hướng dẫn cho thế giới vật chất, những năng lực nguồn cội của các giá trị tâm linh sâu thẳm trong mỗi người. Thánh Gandhi, đức Phật và Jesus đều là những con người có được thứ năng lực đó. Họ đều là những con người đa giác, có tiềm năng tiến hoá gấp bội chúng ta.

"Khi là con người ngũ quan, chúng ta cảm thấy rất cô đơn trong vũ trụ. Đối với con người đa giác, chúng ta không bao giờ đơn lẻ, mà tràn đầy hiểu biết, thương yêu. Con người ngũ quan nhìn thế giới chung quanh như những phương tiện để họ chinh phục, để sống còn hay hưởng thụ. Trong khi đó, con người đa giác nhìn toàn thể thế giới như một thực thể tâm linh lớn rộng để mọi người chia sẻ và học hỏi với nhau. Người ngũ quan không để ý tới ý hướng, tâm ý của họ trong khi hành động. Họ chỉ muốn đạt được kết quả vật chất. Con người đa giác trái lại, quan niệm rằng ý tưởng đằng sau các hành động rất quan trọng, vì nó sẽ ảnh hưởng lên chính con người mình, nó sẽ mang tốt lành hay xấu xa tới người khác, tới môi sinh...Ảnh hưởng cuả tâm ý đi rất xa, không phải chỉ trong thế giới vật chất này"

Có linh hồn hay không?

Theo nhà khoa học Gary Zukav, thời nay là lúc chúng ta phải nới rộng tầm nhìn để có thể trả lời những câu hỏi như có Thượng đế, có linh hồn hay không? Chúng ta sống để làm gì? Trong cuốn sách đã dẫn (The Seat of The Soul), Gary Zukav cho rằng loài người khác với loài vật vì chúng ta mỗi người đều có một linh hồn. Thú vật chỉ có linh hồn (hay tâm thức) chung của loài đó thôi, không có riêng cho mỗi con. Loài chó chẳng hạn, không tiến triển được bằng loái cá heo (Dolphin); và loài cá heo kém xa loài người.

Tuỳ thuộc vào sự tiến hoá của mỗi cá nhân mà linh hồn chung của nhân loại được tiến triển. Những con người đa giác, có nhiều giác quan là những người tiến hoá hơn người ngũ quan, chỉ có 5 giác quan. Các đạo sư tâm linh đạt tới trình độ tiến hoá phi vật chất, không phân biệt thời gian, không gian (bất nhị), và thiên thần, là những thực thể tâm linh, những linh hồn tiến hoá nhất, không có hình hài vật chất.

Theo tác giả Zukav, con người có thể tiến hoá để gia nhập hàng tỷ thế giới bất nhị, phi vật chất đó trong vũ trụ, kể cả các tinh hà xa xôi mà chúng ta không tưởng tượng nổi.

Gary Zukav cho rằng cơ thể con người cũng như cá tính của người ta là những gì được sinh ra, lớn lên rồi chết. Cơ thể chúng ta chỉ là một dụng cụ trong khi linh hồn là một thực thể bất tử mà chỉ những con người đa giác mới biết được ảnh hưởng của nó.

Con người giống như một hệ thống ánh sáng với nhiều tần số cao thấp khác nhau, tùy theo tâm thức tốt, xấu trong ta. Nếu có thể thay thế ánh sáng có tần số thấp (như giận dữ, thù hận chẳng hạn), bằng các tâm thức tích cực (như hòa bình, vị tha), con người chúng ta sẽ có nhiều năng lực hơn, vui vẻ và sinh động hơn. Thương yêu và từ bi là những loại ánh sáng có tần số rất cao. Người mang nhiều tần số thấp (buồn phiền, thất vọng...) sẽ làm mồi cho bệnh tật. Bạn chính là người quyết định và chọn lựa cho mình lối sống nào để được gần nguồn sáng tốt hay xấu.

Triết gia J. Krisnamurti cũng nói: "Khi có được ánh sáng tự thân tâm mình, là ta được tự do thật sự. Đó không phải là một chuyện trừu tượng, không phải là kết quả của các suy tưởng. Khi có tự do thực sự, ta vượt thoát được tất cả mọi ràng buộc, mọi vướng mắc và khát vọng.

"Là nguồn sáng của tự thân, ta thoát được cả các cấu trúc của suy nghĩ. Trong ánh sáng đó, chỉ có chỗ cho hành động, loại hành động không gây ra bất kỳ xung đột nào (không tạo nghiệp). Sự trái chống nhau chỉ xảy ra khi ánh sáng này bị chia cắt với hành động - khi có sự phân biệt giữa chủ thể và đối tượng, giữa người làm và việc làm.

"Thiền quán thật sự đưa tới hiểu biết về đời sống, để tái lập trật tự, đạo đức, tình yêu - khai mở ánh sáng tự thân của mỗi người, không liên quan gì tới sự học hỏi, kiến thức, trí thông minh. Khi đạt tới trình độ trật tự sáng láng đó, cái tâm ta sẽ tự nhiên được hoàn toàn thinh lặng, không còn chút gò bó nào. Mọi hành động của ta sẽ hồn nhiên, tốt đẹp..."

Nhà khoa học Zukav gọi nguồn sáng tự thân đó là linh hồn. Đó không phải là một thứ vật thể bất động, nằm trong lồng ngực chúng ta. Nhưng, linh hồn là một thực thể sinh động, tích cực, nhờ đó mà ta nhận biết được các năng lực nội tại, các dòng chảy liên tục, đa dạng của tâm lý, của cảm xúc và vật chất trong người. Ông cho rằng linh hồn thể hiện ra nhiều cuộc sống khác nhau, đời này sang đời khác. Đó là thứ gì vô thủy vô chung, không có khởi đầu cũng không kết thúc.

Mỗi đoạn sống của linh hồn là một cuộc đời riêng, với cơ thể và tâm hồn khác biệt. Chúng ta có thể là một bà mẹ, một anh lính, mục sư hay bác sĩ chi đó, có đủ thất tình lục dục và những cá tính khác biệt...nhưng tất cả đều ở trên đà tiến hoá của linh hồn. Con người ngũ quan không biết được các kiếp trước hay sau nó. Con người đa giác có ý thức về những kiếp sống kia, hoặc có thể nhìn thấy quá khứ, vị lai... Vậy nên khi ta gây ra những nghiệp ác, thì các kiếp sống của ta đều gánh hậu quả. Khi xả được những ý tưởng bất thiện, các tầng lớp tâm thức sẽ có ngay năng lượng tốt lành.

Sau khi xử dụng con người ngũ quan một thời gian, linh hồn sẽ buông bỏ phần xác (thần chết sẽ tới) để trở về trạng thái vĩnh cửu, với bản chất sáng lánh của tình thương. Gary Zukav còn viết:

"Kiếp người là một sự co rút tốt đa của năng lượng linh hồn, để thích hợp với hình thức của cái thân, chỉ có năm giác quan. Đó là một hành động tự nguyện của linh hồn, đang cần một cơ thể vật chất để tự hàn gắn một số vết thương hay các mảnh vỡ. Con người ngũ quan thực ra không khi nào tách rời với linh hồn của họ, trừ khi họ sống quá hời hợt, thuần vụ vào vật chất. Đó là những con người bị bệnh tâm thần. Người thăng bằng luôn luôn có ý thức về phần hồn trong con người họ. Họ hiểu được luật nhân-quả trong mọi hành động họ làm, chỉ một ý tưởng cũng đã có thể tạo ra nghiệp xấu tốt.

Nghiệp báo (Karma)

Khoa học gia Zukav cho rằng Nghiệp báo là một năng lực sinh hoạt theo nguyên tắc vận động trong khoa Vật lý: "Mỗi hành động đều có một phản lực ngược chiều, cân bằng với nó". Luật đó khi áp dụng vào con người nghĩa là mỗi ý hướng của người này sẽ gây ra phản ứng tương tự như thế trong người kia. Người nào hay tự hiềm với người khác, thì sẽ bị nhiều người ganh ghét. "Bạn sẽ lãnh từ thế giới những gì bạn cho vào đó"

Nghiệp báo không phải là một thứ đạo lý. Vũ trụ không bao giờ phán xét. Nghiệp báo chỉ là sự thăng bằng về năng lượng do thiên nhiên sắp đặt để dạy chúng ta về tinh thần trách nhiệm. Linh hồn bạn tạo ra nghiệp để giữ cân bằng cho con người bạn, với những cá tính riêng. Nếu không có sự hiểu biết về linh hồn, tái sinh và nghiệp báo, chúng ta khó mà hiểu nổi ý nghĩa của những kinh nghiệm sống, cũng như ý nghĩa của các phản ứng đối với một hành động.

Căn cứ vào các hiểu biết về khoa vật lý, Gary Zukav cho rằng: nếu một người tạo nghiệp xấu kiếp này mà chưa phải trả, thì sẽ mang nó đi và trả trong kiếp tới. Theo ông, khi hiểu về nghiệp báo, chúng ta sẽ ngưng không còn phản ứng hoặc phán xét người khác như thói quen cũ. Thánh Ganghi cũng như chúa Jesus, là những con người có tâm không phán xét ngay cả kẻ thù làm hại quý ngài. Chính đó là năng lượng khiến quý ngài khai mở được nguồn sống sáng láng tình thương - trong đó, con người thể chất chỉ là một phần nhỏ bé. Sự tiến hoá của loài người chính là những kiếp sống - biểu hiện cuả linh hồn trong một cơ thể - để hàn gắn, vay trả những nghiệp dĩ mà linh hồn đã tạo ra...

Quan niệm cuả khoa học gia Gary Zukav rất gần với lý thuyết của tông phái Duy Thức (Mind only School) trong

Phật giáo: Khi chết, thân thể chúng ta ngừng hoạt động, thức Alaya (A-lại-gia) sẽ rời thân, mang theo nó các nghiệp dĩ mà chúng ta đã tạo ra suốt đời này. Trong vũ trụ, khi gặp đủ duyên, đủ điều kiện, thức Alaya sẽ biểu hiện thành một thân mạng mới, tốt hay xấu hơn kiếp cũ, tùy thuộc vào tính cách thiện hay bất thiện của tổng thể các nghiệp mà nó mang theo. Các tu sĩ Phật giáo thường khuyên răn học trò "Khi chết, ta sẽ bỏ lại hết thảy - tài sản, thân nhân, danh tiếng...ta chỉ mang theo một thứ, là các nghiệp dĩ mà ta đã tạo ra! Hãy sống cho thiện!"

CHƯƠNG 4
SÓNG CA HÁT, CHẾT LÀM THƠ

Người Việt tại Montréal (tỉnh bang Québec-Canada) không ai là không biết Chân Sinh Hoàng Phúc, một con người đa diện của những sinh hoạt văn hoá, một trong mấy cây cột trụ của hội Phật học Làng Cây Phong. Anh luôn ca hát trong các buổi sinh hoạt văn nghệ, giọng trầm ấm và truyền cảm. Học tây ban cầm tại trường Quốc Gia Âm Nhạc Saigon, Hoàng Phúc tự học thêm dương cầm và chơi cả hai nhạc khí này rất hay. Trước năm 1975, anh là một ca sĩ tài tử của các đài phát thanh Saigon. Nghề chính là kiểm soát viên không lưu.

Là một người biết tổ chức và làm việc rất cẩn trọng, anh thường "nể nang" nhận lời giúp và tham gia trong hầu hết các sinh hoạt hội đoàn hay các sinh hoạt văn nghệ. Việc gì do ai nhờ cũng đều được Hoàng Phúc hoàn tất tốt đẹp, chu đáo một cách vô vị lợi. Sang Canada từ năm 1981, Hoàng Phúc trở thành một chuyên viên về điện tử, sửa từ các hệ thống âm thanh, truyền hình tới máy điện toán. Hoàng Phúc có cái kiên trì, chịu khó của người dân xứ Quảng Bình; cũng có tính nhạy cảm, dễ thương của một nghệ sĩ chân chính. Với nền nếp vững chắc của một gia đình Phật Tử, cộng thêm tính phóng khoáng của một con người hiểu biết, Hoàng Phúc là một đồng sự rất dễ mến trong sở làm cũng như trong các sinh hoạt chung. Trong đời sống, không bao giờ anh bị lôi cuốn vào chuyện thị phi. Dù cho người ta có cố tình "thắc mắc" về đời tư của chính mình, Hoàng Phúc cũng vẫn chỉ cười xoà, không phản ứng, không cải chính. Anh có thái độ của một hiền giả, sống thoải mái ngay trong cõi nhân sinh nhiều rối ren này. Một ly cà phê sữa nóng, một chén trà ngon, nhấm nháp một mình hay cùng bè bạn, đó là những niềm hạnh phúc đối với chàng ta. Chàng để hết tâm hồn vào chén nước, thưởng thức hương vị thức uống đó hết lòng, không khác gì mấy vị thiền sư. Thiên nhiên, âm nhạc và đặc biệt, những đêm trăng sáng, là những đối tượng Hoàng Phúc yêu thích nhất.

Hàng năm, vào mùa ấm (từ tháng 6 tới tháng 9), Hoàng Phúc thường tổ chức "Đêm Trăng Sáng" tại Làng Cây Phong, để cho dân làng và các thân hữu về sinh hoạt văn nghệ trong một không gian thanh tịnh. Anh cũng hay tổ chức lễ Vu Lan vào đêm sáng trăng tháng bảy, vừa làm lễ Bông Hồng cài áo, vừa làm lễ phóng đăng (thả đèn trên hồ để cầu nguyện). Cũng chính chàng ta đã nghĩ ra những phương thức rất tài hoa trong việc biến hoá sao cho các buổi lễ vừa trang nghiêm vừa đẹp đẽ, mà chỉ dùng những phương tiện đơn giản, sẵn có. Những ai đã từng về Làng Cây Phong tham dự các buổi lễ Vu Lan đều nhận ra những điểm này.

Dân Làng Cây Phong từ khắp nơi biết tới Hoàng Phúc dưới pháp hiệu Chân Sinh, một anh Tiếp Hiện có râu, luôn

luôn tươi cười. Tiếng đàn, câu hát của Chân Sinh làm nở ra những đóa hoa tươi mát trong lòng người tham dự các buổi sinh hoạt trong khóa tu. Với Chân Sinh, từ thanh niên, em bé tới những cụ ông cụ bà, ai cũng có thể cất tiếng hát hò theo một cách dễ dàng. Trước giờ nghe giảng Phật Pháp, dân Làng Cây Phong được chàng bắt giọng cho để cùng hát những bài thực tập hơi thở và nụ cười. Chân Sinh cũng là người thực tập pháp môn này tới nơi tới chốn. Mấy ngày chót trong nhà thương, khi chưa bị hôn mê, anh vẫn luôn luôn thở và thực tập từ bi quán với những cơn đau dữ dội. Chân Sinh nói:" Đây là lúc em đem những công phu học được ra mà xử dụng. Vừa thở vừa xoa bụng, có ý thức và quán từ bi cái thân đau đớn của mình, một chập thì cơn đau cũng giảm....". Chân Sinh đã cưỡng chống lại căn bệnh Lympho (một chứng ung thư máu huyết) và thắng được tử thần nhiều lần trong thời gian từ năm 1982 cho tới 1994.

Câu chuyện anh khỏi bệnh như một phép lạ năm 1986 sau bốn lần chữa trị bằng hóa chất (Chemotherapy) đã khiến cho Hoàng Phúc "được" hỏi han tới luôn luôn. Anh thường nhận được nhiều điện thoại từ khắp nơi trên thế giới, hỏi thăm xem anh đã đọc sách gì, thiền tập ra sao? ăn uống thế nào vv... Làm sao mà thắng được bệnh ung thư sau khi Bác Sĩ đã bó tay?. Chân Sinh lắng nghe để đoán hiểu căn cơ của người bệnh rồi tùy nghi nâng đỡ tinh thần họ. Anh cho biết, mỗi lần anh trả lời một khác, nhất là khi phải trả lời những người khoẻ mạnh tò mò. Là một Phật tử, Chân Sinh thấy chuyện gì cũng đều "trùng trùng duyên khởi", do bao nhiêu nhân duyên kết hợp mà thành, không thể dễ dàng nói chỉ vì A mà sanh ra B được. Năm đó, sau khi chữa trị xong lần thứ tư được vài tuần lễ thì gan và thận của anh không chịu làm việc bình thường nữa: người bị vàng da, bụng giữ nước phình lớn lên...Bác sĩ điều trị cho là anh chỉ còn một vài tuần để sống. Anh rời nhà thương về nhà, vừa thiền tập vừa tụng kinh niệm Phật, và nằm xem đá banh (giải túc cầu thế giới). Sau khi được gặp và ăn sáng với Thiền sư Nhất Hạnh một bữa (tháng 6/1986, trong dịp Thầy sang Montréal hướng dẫn khoá thiền tập cho dân Làng Cây Phong), Hoàng Phúc vẫn tiếp tục xem đá banh trên TV, uống một lon nhỏ la ve và thực tập Chánh Niệm trong các hoạt động hàng ngày. Căn bệnh lui dần, thận cùng gan hoạt động trở lại...

Hai tháng sau thì Chân Sinh đã có thể đi làm như một người khoẻ mạnh bình thường. Ông Bác Sĩ chữa trị biên vào hồ sơ bệnh lý của anh: "khỏi bệnh nhờ thiền tập". Các bạn bè cho là chú khỏi nhờ "phép lạ của sự tỉnh thức". Một số người nghe chuyện, nghĩ là nhờ từ lực nhiệm màu của Thầy Nhất Hạnh. Nếu theo lý thuyết của Bác Sĩ Herbert Benson (tác giả nhiều cuốn sách nổi tiếng về thư giãn), thì Chân Sinh đã thắng được chứng nan là nhờ thuốc men, biết thiền tập, đồng thời có niềm tin vào Bụt, vào Thầy và tăng thân.

Sau này, Chân Sinh thường đùa rỡn với bạn bè văn nghệ: "tôi khỏi bệnh nhờ la de củ kiệu". Với người ham đọc sách thì anh nói "tôi khỏi nhờ đọc sách thiền". Với những người có lòng tín ngưỡng, Chân Sinh thường nói "nhờ cầu nguyện" để họ có thêm tín tâm...Nhưng Chân Sinh không bao giờ đùa dỡn với người bệnh, mỗi khi thân nhân mời anh tới thăm hỏi, giúp đỡ tinh thần cho họ. Chân Sinh bỏ khá nhiều thì giờ đi thăm viếng, an ủi, khuyến khích người bệnh, dù đó là những người chưa hề quen biết anh.

Chân Sinh Hoàng Phúc ra đời vào mùa trăng. Suốt cuộc đời 49 năm, Hoàng Phúc yêu mến núi rừng, cây cỏ. Chàng ta yêu nhất là những đêm trăng sáng. Đêm sáng trăng 21 tháng 10 năm 1994, Chân Sinh thở ra một hơi cuối thật dài, và lặng lẽ, an bình ra đi. Trăng tròn 16 thật sáng hình như đang đợi anh trên bầu trời trong hiếm có của mùa Thu Canada.

Chân Sinh Hoàng Phúc từ bỏ cõi Ta Bà này, để lại biết bao bài học quý giá cho gia đình, cho bè bạn. Anh đã sống rất thoải mái trong sự đơn giản, thanh bạch. Ngoài việc đóng góp rất nhiều công sức cho các tổ chức vô vị lợi, anh còn là một con người tặng tài vật tối đa theo khả năng anh, vào các công cuộc gây quỹ của các tổ chức này. Dân Làng Cây Phong, Làng Hồng, ai cũng cảm phục và thương quý anh.

Khi gặp cái Khổ vì bệnh tật, Hoàng Phúc cũng đã tìm ngay được cách Sống với cái khổ đó. Ngay từ lần chữa chạy thứ hai, mỗi tuần phải vô nhà thương chích thuốc, ói mửa và mệt không bước đi nổi, Hoàng Phúc đã áp dụng bài học "Ăn múi quít trong chánh niệm" trong cuốn "Phép Lạ của sự tỉnh thức", tập sống hết mình với giây phút hiện tại. Nhờ đó, từ từ anh có thể sống an vui trong những ngày không bị chích thuốc, và sau cùng, cái Tâm điều khiển được cái Thân, anh bớt khó chịu lộn lạo ngay cả khi nằm trên giường cho người ta chích thuốc. Sống với hiện tại, có ý thức về mọi sự vật, về cảm thọ, tư duy của mình....Chân Sinh thực tập theo rõi hơi thở, mỉm nụ cười tươi, rất tinh chuyên cần mật. Anh cho là nhờ vậy mà anh chịu đựng nổi bốn lần chữa trị bằng hoá chất. Những bệnh nhân bình thường, hầu như ai cũng không muốn và không chịu đựng được các phản ứng khó chịu này sau khi chữa xong lần thứ nhất hay lần thứ nhì.

Sau khi khỏi bệnh, tháng 6 năm 1987, trong khóa tu thứ ba của Làng Cây Phong do thiền sư Nhất Hạnh hướng dẫn, Hoàng Phúc thọ giới Tiếp Hiện, có pháp danh là Tâm Cát, Pháp hiệu Chân Sinh. Năm 1988, các con anh thọ ngũ giới. Cũng trong khóa tu này, Chân Sinh diễn bày cái Thấy và Hiểu của mình trong bài kệ kiến giải, bài kệ được chấm giải nhất trong khoá :

"Lết qua cửa tử, mở mắt ra vẫn thấy cõi Ta Bà
Sự sống hát ca màu nhiệm, cái chết cũng làm thơ"

Ngày 21 tháng 10 năm 1994, Chân Sinh không lết qua mà bước vô cửa Tử thật sự. Nhưng cuộc sống của anh trên trái đất này, trong những ngày cuối cùng còn tỉnh thức, quả là những bài ca màu nhiệm. Anh thở và cười, nằm im quán Từ Bi để thương xót được cả những cơn đau trong cơ thể mình. Hoàng Phúc quan tâm thu xếp chuyện học hành cho các con. Chân Sinh giảng pháp cho vợ, xin vợ hãy tha thứ cho những nhầm lẫn của chàng, khuyên vợ ráng sống hiểu biết để sau này được an vui, bớt khổ. Chân Sinh cũng bàn những điều xây dựng tăng thân Làng Cây Phong cho tốt đẹp hơn nữa. Anh khen ngợi cách chăm sóc bệnh nhân của các bác sĩ, các cô y tá. Anh thưởng thức sự nhàn tản, "được người ta hầu từng chút"....Nằm trên tầng lầu 4 nhà thương Bellechasse, Hoàng Phúc an nhiên ngắm cảnh mùa Thu đang về trong thành phố. Anh nói thấy cảnh vật cũng đẹp như buổi chiều tháng trước, khi từ lan can thiền đường Làng Cây Phong, ngồi ngắm núi Foster cùng mấy anh chị em trong làng.

Khi nghe tin Chân Sinh bệnh nặng khó qua khỏi, Thiền sư Nhất Hạnh đã gửi sang Canada bài Kệ truyền đăng cho anh. Đáng lẽ anh qua Làng Mai nhận đèn làm Giáo Thọ năm đó, nhưng anh đã không thể sang nhận:

"Chân Như là bản môn
Sinh diệt nào động tới
Thức dậy sớm mai hồng
An nhiên không chờ đợi"

Anh Chân Sinh Hoàng Phúc bị cơn bạo bệnh hủy diệt nhanh chóng. Nhưng "cái chết cũng làm thơ", đúng thế. Anh đã sống an nhiên không chờ đợi, không sợ hãi. Hoàng Phúc lướt trên các đau đớn của thể xác. Chân Sinh hoá giải những phiền trược của tinh thần. Từ Bi và Hỷ Xả, anh có đủ bốn hành trang này trước khi bước sang cõi khác. Sinh diệt nào động tới được Chân Sinh?

(Viết sau khi mất Chân Sinh Hoàng Phúc, tháng 10/1994-Chân Huyền)

Men lối cỏ thơm đi

Triết gia lớn của thế kỷ 19-20: Jiddhu Krisnamurti (1895-1986) đã viết: *"Nếu biết mình sắp chết, liệu bạn có thể sống sung mãn, tràn đầy trong một ngày- một giờ, như thể bạn sẽ chết vào giờ kế chăng? ...Nếu bạn sống viên mãn trong giờ này thì bạn có một sức sống mãnh liệt, một sự chú tâm lớn lao tới mọi sự mọi vật...Bạn nhìn vào dòng đời trôi chảy như con nước, và trong sự chú ý đó, bạn sẽ thấy rằng cái "ta" là không. Chính lúc đó, tâm trí trống rỗng và nó có khả năng làm mới lại nó..."*

Đối với các thiền sư đã tu chứng, sự sống chết là chuyện rất thường tình. Các ngài là những con người đã có cái hiểu sâu xa và thực chứng được những giáo pháp căn bản của đức Thích Ca như "Vô Sinh Bất Diệt" (Không sanh cũng không diệt), "Vạn pháp do duyên khởi" (đủ duyên thì thành, hết duyên thì hoại) vv…

Trong sách báo Phật Giáo, có hàng trăm truyện về những cái chết nhẹ nhàng thanh thoát của các thiền sư khắp thế giới, từ hơn hai ngàn năm qua. Thiền sư Từ Minh (dòng Lâm Tế

-Trung quốc) đã coi chuyện sống chết như cởi áo, đắp chăn: "Sanh như đắp chăn bông, tử như cởi áo hạ". Ngày nay cũng không thiếu các vị thầy thực chứng được điều này.

Vào mùa thu năm 2001, thiền sư Thích Giác Thanh (trụ trì tu viện Lộc Uyển, Escondido, California) đã sống và chết giống như thầy đi ngoạn cảnh - không khác gì hai câu thơ của thiền sư Cảnh Sầm tả cảnh du xuân:

" *Thỉ tùy phương thảo Khứ*
Hựu trục lạc hoa Hồi "
(Men lối cỏ thơm Đi
Theo đường hoa rụngVề)

Mỗi khi chúng ta đau yếu hay bị bệnh, tinh thần mình thường bị sa sút rất nhiều. Bao nhiêu phiền não nổi lên, gặp chuyện gì cũng dễ nổi sân si hơn người khác. Nhưng đối với Thầy Giác Thanh, nhược điểm bình thường đó của con người hình như không có nơi thầy. Cái thân thầy yếu ớt bao nhiêu thì tinh thần thầy lại thanh thản bấy nhiêu.

Cái chết của Thầy Giác Thanh (ngày 15 tháng 10 năm 2001) là một sự ra đi rất nhẹ nhàng, giống như khi thầy còn khỏe mạnh, đội nón thiền hành lên núi vậy. Vốn là người yêu thiên nhiên, ông Thầy đã tu theo đạo Phật từ mấy chục năm đó có cuộc sống và cái chết đẹp đẽ như chuyện đi chơi trong những con đường đầy hoa cỏ. Chỉ chừng nửa tháng trước khi thị tịch, vào cuối tuần chót tháng 9, khi tới tu viện Lộc Uyển tham dự "Ngày Gia Đình" do nhóm Mosaic tổ chức tại đây, chúng tôi còn được ngồi nghe Thầy cười nói như một người bình thường, tuy cơ thể của Thầy đang tới hồi hoại diệt vì cục bướu ung thư trong gan đã quá lớn.

Khi biết mình mắc thêm một chứng nan y và hiểu cơ thể mình không còn chút sức lực nào để chịu đựng những thử nghiệm của bệnh viện, Thầy Giác Thanh đã xin Bác sĩ cho về Lộc Uyển để an dưỡng những ngày tháng còn lại trong khung cảnh an lạc của núi rừng Đại Ẩn Sơn. Thầy sung sướng trong căn phòng nhỏ đơn sơ của ông thầy tu, có võng treo sân trước, từ đó thầy có thể nằm ngắm núi non chập chùng trước mắt.

Phòng thầy ở chỉ có một chiếc giường thấp giản dị của người tu, một cái ghế và cái bàn viết nhỏ. Ngoài ra có thêm chậu lan trắng, bộ đồ trà và chút trà ngon, là mấy thứ thầy ưa thích nhất. Tuy cơ thể thầy đã tới hồi suy kiệt, trầm trọng vì những tàn phá của bệnh tiểu đường từ mấy chục năm, nét mặt thầy vẫn trong sáng, tươi vui và thầy vẫn không ngớt đem nguồn vui tới cho những người tới thăm viếng. Ngồi gần cái võng thầy nằm, nhìn thấy hai ống chân đen xạm của thầy, chúng tôi tự hiểu, lần gặp gỡ cuối tháng 9 đó là lần chót rồi!

Vì đau nặng nên Thầy Giác Thanh không theo Sư Ông Nhất Hạnh được trong chuyến hoằng pháp tại Trung Quốc kỳ này. Nhưng bù, lại, Thầy đã được hưởng một niềm vui đặc biệt vì có tới ba vị Thượng Tọa đồng tu từ xưa đã đến Lộc Uyển và ở chơi với Thầy cả tháng trước. Đó là các thầy Phước Tịnh, Minh Nghĩa và Thông Hội, cũng là các môn sinh của Hòa Thượng Thanh Từ trong thập niên 1970. Ba vị tăng sĩ ấy đã làm xong chiếc cổng nhỏ có mái cói bên cạnh mấy khóm trúc, giống y như cảnh một thảo am xưa. Thầy Giác Thanh ngày ngày ra võng nằm ngoài sân, thưởng thức cảnh dựng cổng cửa của các huynh đệ. Cái cửa ngõ mộc mạc làm bằng mấy thanh gỗ đơn sơ nhưng chất chứa bao ân tình. Ba vị huynh đệ đã lâu không gặp, nay nên có duyên tới Lộc Uyển thăm nom và hộ trì cho Thầy, một đồng môn dễ thương nhất của họ trong những giờ phút cuối.

Thượng Tọa Phước Tịnh nhắc tới một chuyện can trường của Thầy giác Thanh: khoảng thập niên 1960, có lẽ vào năm 1963 hay 1964 chi đó, Thầy Giác Thanh đã quyết định chặt bàn tay trái để cúng dường Tam Bảo, cầu nguyện cho Hòa Bình. Nhưng vì cái búa quá cùn, nên học sinh Lê Văn Hiếu (thế danh của Thầy Giác Thanh), không thể chặt đứt được tay mình! Sau đó Thầy xuất gia tại chùa Tân Mỹ, tỉnh Long Xuyên.

Theo lời thầy Chân Pháp Đăng (tu viện Rừng Phong) kể lại, Thầy Giác Thanh tuy có dáng vẻ rất thư sinh, nhưng trái tim lại can trường hiếm có. Trong chuyến vượt biển đầu thập niên 80, Thầy Giác Thanh đã đơn phương đứng ra can thiệp với nhóm cướp biển Thái Lan khi thấy người cùng thuyền bị hiếp đáp quá khổ. Một tên cướp đánh thầy văng xuống biển, may sao chiếc áo vàng của nhà sư lại bị xổ tung ra, khiến cho nhóm hải tặc hồi tâm ngay và bỏ đi, không tiếp tục bạo hành thêm nữa. Thầy được vớt lên và khi qua Mỹ, tiếp tục tu hành.

Theo lời kể của Cư Sĩ Nguyên Giác Phan Tấn Hải, Thầy Giác Thanh khi mới định cư ở Mỹ, đã xin vào tu học ở một Thiền Đường Đại Hàn dòng Lâm Tế tại Pennsylvania một thời gian. Sau đó Thầy Giác Thanh về hoằng pháp tại Chùa Giác Hoàng, Washington DC và ghi danh học về Tâm Lý Học tại NOVA Community College ở Arlington, Bắc Virginia. Thầy Giác Thanh từng tu Thiền Công Án nơi dòng Lâm Tế Đại Hàn ở Pennsylvania, rất ưa thích đọc sách của triết gia J. Krishnamurti và sách của Chư Tổ Trung Hoa.

Anh Phan Tấn Hải chỉ kịp tới thăm thầy vài giờ sau khi thầy mất. Anh cho biết:" Thầy Giác Thanh nằm bất động trên giường trong bệnh viện, nhưng khuôn mặt tươi tắn hiền hòa, miệng hơi mỉm cười - nụ cười cố hữu của thầy. Trên ngực là bài thơ của Sư Ông Nhất Hạnh viết tay, ngày 14 tháng 10, 2001, đã gửi fax từ Trung Quốc về tặng người môn sinh lớn tuổi nhất của mình:

"Trượng Phu tiếng đã biết
Việc đáng làm đã làm

Tháp vừa dựng sườn núi
Tiếng cười trẻ đã vang"

Thầy Giác Thanh được đưa vô bệnh viện ba ngày trước khi thị tịch. Ba ngày đó thầy bị đau rất nhiều, máu tuôn ra xối xả, khiến cho các bác sĩ đành phải chấm dứt việc lọc máu. Tuy chất độc ngày càng nhiều làm cho Thầy đau đớn hơn, nhưng Thầy vẫn tiếp tục mỉm cười, trò chuyện và an ủi các đồng môn. Khi đau quá sức, thầy chỉ duỗi gập đầu gối và thở gấp hơn, mặt hơi nhăn lại, các sư em biết ý, xin y tá chích thuốc giảm đau là Thầy lại nằm yên ngay.

Nét mặt Thầy luôn tươi cười, nhẹ nhõm, dù là trong giấc ngủ, khiến cho các bác sĩ và y tá trong nhà thương đều rất ngạc nhiên và thán phục. Thầy Giác Thanh xưa rày vẫn thường trao đổi với các huynh đệ đồng tu về chuyện sống chết một cách thanh thản nhẹ nhàng, nhiều khi diễu cợt nữa. Vậy nên dù là nằm chờ ra đi trong bệnh viện, Thầy vẫn làm cho bầu không khí trong phòng được thấm nhuần an lạc. Ai vô thăm viếng Thầy đều được hưởng cái đức vô úy đó của Thầy. Các tăng ni và Phật tử thân cận của Thầy Giác Thanh được chứng kiến những ngày chót của thầy, đều học được nhiều bài học quý giá.

Một ngày trước khi mất, có một vị huynh đệ của thầy Giác Thanh nói đùa với thầy:"Nay Thầy sắp lên Niết Bàn rồi, Thầy nên viết lại vài bài thơ chứ?".Thầy Giác Thanh cười cười: "Úi chà, bây giờ mệt quá, viết hổng hay! Thôi để tui lên tới đó rồi viết gởi về nghe!".

Thầy Giác Thanh đôi khi tự diễu mình là một "Thầy tu làm biếng", vì sức yếu ít hoạt động. Nhưng thật ra, chỉ với nụ cười trẻ thơ và dáng điệu nhẹ nhàng thanh thản, Thầy đã giúp biết bao người vơi bớt khổ đau rồi. Người Mỹ, người Pháp, người tứ xứ và người Việt Nam, những ai tới Làng Mai hoặc theo học các khóa tu, nếu có duyên tiếp xúc hoặc tham vấn với Thầy đều có lòng cảm mến đặc biệt con người chân chất và hiền hậu ấy.

Một thanh niên Mỹ gốc da đỏ coi thầy như một người cha tinh thần, đã chỉ về được Lộc Uyển sau khi thầy tịch. Đứng bên quan tài, anh ôm mặt khóc nức nở thật lâu. Nhưng nếu anh được gặp trước khi thầy lâm chung, thì chắc Thầy đã nói chuyện Sinh Tử nhẹ tênh cho anh nghe và bớt khổ rồi.

Tinh thần bất tử của nữ bác sĩ khiếm thị Poulson

Jane Poulson, một nữ bác sĩ bị khiếm thị, người Canada, đã lìa đời hồi tháng 8 năm 2001, để lại tấm gương sáng cho tất cả những ai có dịp quen biết, làm việc chung hay chỉ đọc sách của bà. Bà đã xuất bản cuốn sách rất được hâm mộ: The Doctor Does Not See You Now (Bác sĩ không gặp quý vị lúc này). Đó là cuốn tự truyện của một bác sĩ khiếm thị. Sách có giọng văn lạc quan, yêu đời, dù bà bị mù từ năm 28 tuổi, khi học năm chót trong trường y khoa.

Jane Poulson sanh năm 1952, bị phát bệnh tiểu đường (bẩm sinh) từ năm 13 tuổi. Sau khi bị mù vì bệnh tiểu đường sinh biến chứng, bà vẫn tiếp tục học y khoa tại đại học danh tiếng Mc Gill (Montréal). Mẹ của Jane và các bạn thân với cô đọc các bài giảng trong sách vô máy ghi âm để cô nghe mà học và ghi nhớ. Riêng bà mẹ Jane đã thu băng được tới

2000 trang trong một bộ sách y khoa giúp cho con gái. Sau kỳ thi tốt nghiệp, Jane trở thành người bác sĩ khiếm thị đầu tiên chuyên về nội thương tại xứ này. Bà là một vị bác sĩ rất có lương tâm, biết lắng nghe bệnh nhân và do xúc giác nhạy cảm, bà chẩn bệnh rất hay.

Nữ bác sĩ Jane Poulson làm việc bình thường với tinh thần vui vẻ, cởi mở; không khác gì các bác sĩ sáng mắt, không chút mặc cảm, không đòi hỏi quyền lợi đặc biệt cho mình (vì khiếm thị). Bà đã tạo ra các chương trình "chăm sóc bệnh nhân ở giai đoạn cuối cuộc đời" trong ba bệnh viện thuộc đại học Toronto (Canada). Ngoài việc dạy sinh viên tập sự trong nhà thương, bác sĩ Jane sống một cuộc đời khá hoạt động và bình thường. Bà thường tổ chức pạc-ti vui chơi với bè bạn vì bà rất thích khiêu vũ, hát và đàn piano. Jane cũng học trượt tuyết băng đồng (Cross country ski) và trượt nước hoặc ngồi trên yên sau cái xe hai bánh để đạp cùng bè bạn. Dùng hai cái thước lớn để tự viết được hồ sơ bệnh lý, bác sĩ Jane chỉ có khó khăn là bà không biết khi nào bút mình hết mực!

Vị bác sĩ phụ nữ đó đã đối diện với đời sống khó khăn của người khiếm thị bằng những cố gắng vượt bực của chính mình, hầu như không bao giờ bà đặt câu hỏi "Vì sao Thượng Đế lại bắt tôi như vậy?". Bà luôn luôn giữ gìn lời nói để không làm thương tổn người khác hay chính mình. Jane có óc hài hước và ngôn ngữ y khoa rất chuẩn. Tuy nhiên, bà cũng đã kể vài giai thoại khó khăn của mình trong cuốn Tự truyện - cuốn sách được báo chí Canada coi như một "thiên anh hùng ca ":

Bệnh nhân đầu tiên của bác sĩ Jane tại Bệnh viện Montréal General có tên là Michel - đang trên đường chữa trị để thay đổi giới tính. Không nhìn thấy người bệnh, chỉ nghe tên, bác sĩ Jane khá bối rối vì lúc đó bà chợt quên mất chi tiết quan trọng trong bản bệnh trạng mà người y tá mới đọc dùm. Bác sĩ Jane thắc mắc không biết người đó là một anh (tên viết Michel) hay một chị (Michelle). Giọng nói của bệnh nhân cũng đang đổi, ồ ề chẳng ra nam cũng không ra nữ, nên bác sĩ khiếm thị không thể biết đó là một ông đang chữa trị để biến thành một cô hay ngược lại! Dù rất muốn hỏi để biết người bệnh vốn là phái nam hay nữ, bác sĩ Jane cũng không tìm được câu hỏi nào đáng nói ra trong phút đầu tiên gặp gỡ đó, để bệnh nhân đừng hoảng sợ khi thấy bác sĩ của mình bị thong manh! Bà nghĩ ra được một kế hoãn binh, nói bệnh nhân chờ để bà ra văn phòng vì cần gặp một người khác…Nhờ y tá đọc lại hồ sơ, bà được dịp cười thỏa thích với cô nhân viên ấy trước khi trở lại phòng khám, yên tâm mà nói chuyện với anh chàng Michel!

Một bệnh nhân khác khai bị đau gân chân (bệnh varicose), nhưng bác sĩ Jane không sờ thấy gì bất thường trên hai ống chân của bà ta. Jane thuật lại: "Tôi nói với người bệnh là khi mới bị chứng này, ta thường thấy dấu hiệu da mắt cá chân bị đổi màu, đậm hay nhạt hơn lớp da chung quanh một chút. "Để tôi xem da vùng đó thế nào, đây, cô nhìn coi!"

"Bác sĩ nói sao cơ?" bệnh nhân hỏi lại tôi. Sau một ngày dài mệt nhọc vì công việc, tôi (Jane) cảm thấy rất khó chịu khi thấy người bệnh này sao lại hỏi một câu ngu ngốc thế - và tôi hỏi tiếp khi chỉ vào xương mắt cá chân bà ta: "Nhìn đây, bà coi da có đổi màu không - nó có nâu hay trắng hơn hay không ?"

"Ồ, bác sĩ Poulson, bà không biết là tôi da đen à!"….

Năm 39 tuổi, bác sĩ Jane bị thêm bệnh về tim mạch và năm 43 tuổi, bị mắc chứng ung thư ! Đêm hôm trước khi bắt đầu được chữa trị bằng hóa chất, bà đã thuyết phục được người yêu John Fraser cai thuốc lá. Sáng ngày hôm sau, Jane rủ các bạn lái một chiếc xe qua nhà John, bấm còi inh ỏi để cổ võ anh chàng. Jane sống vui vẻ với công việc làm thầy thuốc suốt 6 năm nữa.

Vốn là bác sĩ chuyên chăm sóc các bệnh nhân lúc cuối đời, Jane sống những ngày tháng chót trong nhà thương rất hữu ích và tích cực. Dù cho bạo bệnh tàn phá cơ thể, làm cho bà mất sức và suy yếu rất nhanh, bà hàng ngày vẫn liên tục ghi lại những gì xảy ra , kể cả tâm tình. để đăng vào báo y khoa. Bà làm thơ, trong đó có đoạn :

" Tôi mơ...một bình minh nào đó, khi thức dậy, sẽ nhìn thấy ánh dương từ cửa sổ chiếu vào mắt tôi". Ước mơ nhỏ bé và tầm thường này, chúng ta được hưởng hàng ngày nhưng ít ai để ý tới nó, lại càng hiếm người biết trân quý nó.

Vào ngày 29 tháng 8 năm 2001, Jane Poulson thở hơi cuối cùng, sáu ngày sau khi bà kết thúc cuốn tự truyện. Trong chương cuối, bác sĩ Jane Poulson đã viết: "Chúng ta thường khó mà chọn được định mệnh, nhưng chúng ta có thể chọn được cách phản ứng của chúng ta đối với những gì xảy ra."

Rời cõi đời sau 49 năm sống rất tích cực dù mắt bị mù, Jane Poulson để lại cho thân nhân, bè bạn, bệnh nhân và bao độc giả của bà, rất nhiều cảm hứng để họ tự nhìn lại đời sống của mỗi người. Cuộc đời "nhiều khó khăn" của Jane Poulson (như bà thường nói) chính là một thiên hùng ca của vị nữ lưu đã chống lại được khổ đau do hoàn cảnh gây ra. Tấm gương sáng này có thể giúp chúng ta nhìn và đánh giá lại được các đức tính nơi chính mình, cũng như hiểu được thế nào là một cuộc đời có ý nghĩa - một yếu tố rất quan trọng giúp chúng ta được bình an được khi kề cận cái chết .

Một ngón tay nhúc nhích...

Khi còn nhỏ, tại trường mẫu giáo, đa số chúng ta được học thuộc lòng bài hát có điệu bộ rất dễ thương: "Một ngón tay nhúc nhích này. Một ngón tay nhúc nhích này. một ngón tay nhúc nhích khiến cho chúng ta vui vầy"

Tài tử chuyên đóng vai Siêu nhân (Superman) Christopher Reeve có lẽ là người hiểu được niềm vui này to lớn ra sao, khi anh khi bắt đầu nhúc nhích được ngón tay trỏ bên trái, sau 5 năm bị tê liệt toàn thân. Cột sống anh bị hư hoại trong tai nạn ngã ngựa (xảy ra vào tháng 5 năm 1995).

Sanh ngày 25 tháng 9 năm 1952, Christopher Reeve là một tài tử nổi tiếng với vai Super man từ năm 1978. Anh xuất thân từ trường Cornell, học về Âm nhạc và Anh ngữ; sau đó được tuyển vào trường Nghệ Thuật danh tiếng Juilliard Music school (New York). Christopher Reeve rất hoạt động trong các lãnh vực thể thao và xã hội từ khi còn học trung học.

Sau khi bị ngựa của mình quật ngã, đè lên làm gãy hai khớp xương sống số 1 và 2, anh bị tê liệt từ cổ xuống tới chân, chỉ còn cử động được các bắp thịt trên mặt. Christopher phải thở bằng máy bơm khí vô phổi, toàn thân rất đau đớn, và ngồi bất động trên xe lăn suốt ngày. Anh tự hỏi không biết đời còn đáng sống hay không, khi anh phải hoàn toàn lệ thuộc vào người khác như vậy.

Nhờ có ý chí cứng như thép, nhờ người vợ trung thành

(Dana Reeve) và gia đình cùng nhiều bè bạn hỗ trợ, cũng như may mắn có sẵn tài sản dồi dào, Christopher đã kiên nhẫn vượt thắng bao khó khăn để phục hồi từng chút một, dù cho cơ thể anh đã bị chấn thương rất nặng, trên đường hư hoại từ từ với tháng năm. Anh cho biết:

" Tôi có thể tưởng tượng ra cuộc sống của mình nếu như không bị tai nạn. Nhưng phải nói rằng, vì bị nạn mà chúng tôi (hai vợ chồng và ba đứa con) đã xây dựng được một cuộc sống rất phong phú. Vợ tôi thật tuyệt vời, không bao giờ lùi bước trước khó khăn...tôi rất may mắn, và không ngờ mình có được tình yêu vô điều kiện như thế "

Christopher rất chăm chỉ tập luyện để tự cứu mình và chỉ một năm sau ngày bị nạn, anh lại tiếp tục xuất hiện trước công chúng để quyên góp giúp vào các nghiên cứu y khoa, để chữa trị cho người bị hư cột sống như anh. Christopher cũng tiếp tục tham gia nhiều hoạt động xã hội như trước đó anh đã làm: giúp người không nhà, bảo vệ nhân quyền và sinh môi...

Christopher cho biết trong năm đầu, anh bị đau đớn và nản chí rất nhiều nhưng bao giờ anh cũng ráng phấn đấu, nhất định không chịu thua số mệnh. Anh tập luyện chăm chỉ theo chỉ dẫn của cac chuyên viên y tế, và anh thật sự vui mừng khi thấy mình đã nhúc nhích được một ngón tay. Christopher mong mỏi sẽ đi được bằng hai chân ở tuổi 50 (2002) nhưng chưa thể làm. Năm 2003, anh chỉ đạt được vài tiến bộ như tự thở lấy được trong một khoảng thời gian dài, và nửa thân trên của anh bắt đầu hơi có cảm giác.

Tiếc thay, Siêu nhân Superman Christopher Reeves đã ra đi vĩnh viễn vào ngày 10 tháng 10 năm 2004. Anh để lại biết bao bài học trong cuộc chiến đấu để sống với tai họa lớn lao của đời anh. Dana vợ anh cũng mất hai năm sau đó (2006).

Minh triết của một người bị liệt và chết từng phần cơ thể (Chuyện Giáo sư Morrie Schwartz)

Morrie Schwarts là một thầy giáo dạy môn xã hội tại đại học Brandeis, thuộc thị xã Waltam, tiểu bang Massachusetts. Ông bị một chứng nan y có lẽ kinh khủng nhất trong các loại bệnh chưa có thuốc chữa trị: Đó là bệnh Lou- Gherig (tên khoa học là bệnh ALS: Amyotrophic Lateral Sclerosis). Chứng bệnh này trong vòng 5 năm, sẽ từ từ giết dần những giây thần kinh vận động chỉ huy các bắp thịt của bệnh nhân, khiến cho bệnh nhân sẽ bị tê liệt từng phần, từ chân trở lên; nhưng cho tới khi chết, họ vẫn có đầu óc tỉnh táo như người bình thường.

Căn bệnh SLA (hay Lou-Cherig) mà ông thầy Morrie mắc phải, nó giống như một ngọn nến đang cháy. Nó từ từ đốt hết các giây thần kinh vận động, biến cơ thể thành một đống sáp vụn khi hết bấc. Bệnh nhân sẽ không còn cử động được các bắp thịt dưới chân, trên đùi, trên tay rồi trên ngực, và mặt mũi vv...Họ vẫn còn trí óc tỉnh táo tới lúc chết. Hầu như họ bị chôn sống trong một cơ thể vô tri. Có thể ví họ giống như một thân thể đông lạnh, không có gì nhúc nhích được, sau khi căn bệnh tấn công tới cổ và mặt. Họ sẽ phải thở bằng một cái ống dưỡng khí lồng qua yết hầu vào cuống phổi. Họ có thể chỉ còn ra hiệu cho người khác bằng cách chớp mắt hay tặc lưỡi!

Sau khi được bác sĩ chuyên khoa định bệnh vào mùa hè

năm 1994, cho biết ông có thể sống khoảng hai năm, giáo sư Morrie đã tự hỏi: "Mình sẽ tàn tạ rồi chết, hay mình sẽ dùng chút thời gian còn lại một cách tối hảo?" Và ông quyết định sẽ coi cái chết của chính mình là dự án cuối của cuộc đời, thực hiện bằng sự sống của chính ông, với căn bệnh ASL. Ông nghĩ mình cũng giống tất cả nhân loại thôi, ai rồi cũng chết! Vậy thì sao không biến mình thành một cuốn sách để học và để chia sẻ kinh nghiệm chết với người khác? Ông nghĩ mình đang đi trên cây cầu nối Sinh với Tử, và ông muốn kể chuyện cho bà con nghe về chuyến đi này để giúp ích lần cuối. Và Morrie quyết định sẽ đi qua chiếc cầu nối liền sự sống và cái chết một cách có ích lợi. Ông mời gọi những người quen biết:

" Hãy nghiên cứu sự ra đi chậm chạp và kiên nhẫn của tôi! Các bạn hãy quan sát cái gì đến với tôi, hãy cùng học với tôi!" Trong suốt thời gian chờ đợi cái chết, Morrie không ngừng tiếp xúc với bạn bè, sinh viên, người thân kẻ lạ, tất cả những ai cần tới ông. Với lý trí sáng suốt và lòng nhân ái vô biên, Morrie đã giúp được rất nhiều con người đau khổ.

Học trò cũ của ông, Mitch Albom là một ký giả đang làm chủ bút tờ báo Detroit Free Press, đã xuất bản một cuốn sách ghi lại những bài học cuối cùng anh được ông thầy dạy dỗ trong 14 tuần lễ, từ tháng 3 năm 1995, cho tới ngày ông lìa đời (4 tháng 11/ 1995).

Trong lời phi lộ mở đầu cuốn "Những bài học cuối cùng" (Tuesday with Morrie"), nhà văn Marie de Hennezel đã viết về tác giả:

"Mitch Albom là ký giả thể thao Hoa Kỳ nổi tiếng. Ông sống hết tốc độ. Đó là con người của thế kỷ này: xuất sắc, hiệu năng cao, luôn hối hả vội vàng, luôn luôn ở hiện trường. Thế giới anh sống chỉ tôn trọng những con người trẻ trung, có tài, có sắc hoặc có danh vọng, tiền tài. Đó là thế giới mà tiền bạc và quyền lực làm vua. Thế giới đó không có hoặc có rất ít chỗ cho những con người dịu dàng, đầy tình thương xót, những kẻ già yếu, bệnh tật và sắp lìa đời..."

Buổi chiều hôm đó, vừa ăn tối trong căn phòng của mình, Mitch vừa bấm hết đài Ti-vi này qua đài Ti-vi khác để nghe coi có tin tức gì đặc biệt - thì tình cờ anh nhìn ra được ông thầy cũ Morrie Schwartz đang trả lời phỏng vấn trên giường bệnh, trong chương trình truyền hình nổi tiếng Night Line của Ted Koppel .

Thầy của Mitch là một người đã ghi dấu ấn mạnh mẽ trong tuổi thanh niên của anh bằng trí óc thông tuệ và tánh giản dị, lối sống coi thường hình thức của ông. Từ sau lần đầu tới thăm ông thầy bị bệnh, Mitch đã thu xếp để mỗi thứ ba, anh đều đặn bay về học với thầy cho tới khi ông chết. Là học trò cưng đã từng được thầy Morrie kèm riêng mỗi tuần một ngày khi anh còn học trung học, nay Mitch lại tới thăm và học hỏi với thầy mỗi ngày thứ ba, nên anh đặt tên cuốn sách là "Tuesday with Morrie".

Mitch là một thanh niên có lý tưởng và càng lớn lên, anh càng có nhiều thắc mắc trong nội tâm về ý nghĩa cuộc đời, về những bí mật bên thềm cái chết. Anh biết thầy mình có nhiều sức mạnh nội tâm, và dù ông thầy cũ đang từ từ đi vào cõi chết, anh tin rằng ông vẫn có thể dạy anh tất cả những cái thấy, cái hiểu biết sâu xa của ông về đời sống. Khi còn nhỏ, anh đã học được từ ông rất nhiều điều mà nhà trường và người chung quanh không hề dạy.

Lần này, ông thầy Morrie không chỉ dạy học bằng cách giảng giải bằng lời nói, mà bằng chính cái thân đang mắc bệnh trầm kha của mình. Ông đang bị tê liệt từ từ, và biết mình sẽ chết lúc bệnh lan tới não, nhưng ông sẽ còn tỉnh táo, minh mẫn cho tới phút lìa đời. Vì vậy nên ông quyết định dùng thời gian hấp hối rất dài đó để làm chất liệu giảng dạy cho mọi người trên các đài Ti-vi, Radio và nhất là cho Mitch Albom.

Mitch cho biết "tuy ông yếu sức dần, nhưng thầy tôi luôn luôn giữ được tính trẻ trung, hài hước và cởi mở...Mỗi lần về thăm ông, tôi cảm thấy dễ chịu, bình an hơn là khi tôi sống với thế giới đầy người khỏe mạnh...". Mitch thấy mình thay đổi và rất ngạc nhiên khi nhận ra anh cũng có lòng nhân hậu, tử tế với mọi người, hơn là anh tưởng.

Trong hơn ba tháng, vị giáo sư xã hội học Morrie đã dạy cho anh học trò cũ những bài học rất đặc biệt về đời sống và cái chết. Hàng chục triệu độc giả Hoa Kỳ đã được học lại những minh triết của ông Morrie Schwarts từ anh Mitch Albom, sau khi anh viết lại kinh nghiệm của anh bên ông thầy biết sống hết mình và sống có ý nghĩa cho tới lúc cuối đời. Morrie cũng có những khi đau khổ vô cùng thấy mình chết dần, nhưng ông luôn luôn có ý thức về điều "tuyệt vời" là ông có thời gian để chuẩn bị và tiếp tục sống những ngày tháng chót một cách có ý nghĩã. Ông nói :

"Không phải ai cũng có cái may mắn như tôi...

" Người ta nhìn tôi như một cái cầu giữa sự sống (năng động) và sự chết. Tôi chuẩn bị cho chuyến viễn du lớn và mọi người muốn tôi nói cho họ biết cần phải đem theo những gì..."

Người sắp chết thường rất sáng suốt, họ nhìn lại cuộc đời và biết những gì quan trọng, những gì không. Nếu có thì giờ và có khả năng, nếu người thân chung quanh cùng đi với họ trên chặng đường cuối này, họ có thể "ngộ" ra nhiều điều thiết yếu mà chúng ta ai cũng muốn hiểu.

Ông thầy khả kính

Mitch Albom là một sinh viên mà ông thầy Morrie Scwartz rất thương mến khi ông dạy môn Xã hội học cho lớp anh, trong đại học Brandeis (tiểu bang Massachusset).

Mùa hè năm 1979, sau buổi lễ tốt nghiệp, Mitch Albom đưa bố mẹ tới chào từ biệt thầy và tặng ông một chiếc cặp da có gắn tên tắt của ông (MS). Khi thầy trò ôm nhau hôn từ biệt, ông dặn dò anh " Mitch, chú là một trong những sinh viên tốt! Hãy liên lạc với nhau nghe! Mitch trả lời rất lệ "dĩ nhiên rồi thầy!" Khi rời ông, Mitch thấy thầy mình ứa nước mắt!

Mitch kể: Ông thầy Morrie là một người rất thích khiêu vũ. Mỗi chiều thứ tư hàng tuần, tại một sân chơi của đại học Brandeis, gọi là Havard Square, rất đông sinh viên tới khiêu vũ một cách tự do, thầy Morrie (trên 60 tuổi), thường có mặt trong đám đó. "Trong ánh sáng nhấp nháy, tiếng nhạc ầm ĩ trong loa phóng thanh, Morrie thường mặc áo thun trắng, quần đen và quàng khăn trên cổ, lượn lờ khiêu vũ đủ mọi thể điệu trong đám sinh viên. Ông nhảy từ điệu nhảy Lindy,phổ thông từ thập niên 1930 tới Jimi Hendrix (điệu nhảy phổ thông cuối thập niên 1970)...Tại đó, hầu như không ai biết ông là giáo sư tiến sĩ về xã hội học, tác giả nhiều sách có giá trị. Đa số sinh viên nghĩ đó là một ông già chịu chơi mà thôi. Có lần ông mang theo băng nhạc Tango và biểu diễn say sưa trước khán giả, ai cũng vỗ tay...

Nhưng sau đó ít lâu, khi đã ngoài 60 tuổi, ông không còn tham dự được các buổi khiêu vũ đó nữa. Vào mùa hè, ông hay bị khó thở vì suyễn. Một ngày mùa đông kia (thập niên 1980), ông bị trúng gió khi tản bộ trên bờ sông Charles, và người ta phải mang ông vô bệnh viện cấp cứu. Sau đó, ông bắt đầu đi đứng khó khăn, hay bị té quỵ bất ngờ. Các y sĩ an ủi ông, khi đó bắt đầu bước vào tuổi thất thập (70): "Tuổi già đó thôi!". Nhưng ông là người tiếp xúc với con người nội tại của ông nhiều hơn đa số chúng ta, nên ông biết sắp có chuyện gì đó tệ hơn, không chỉ vì tuổi già. Ông hay bị mất ngủ, người mệt lử, rã rời và có khi nằm mơ thấy mình sắp chết.

Morrie bắt đầu đi khám bệnh, gặp nhiều bác sĩ khác nhau. Họ thử máu, thử nước tiểu, tim phổi rồi ruột gan v.v... không thấy gì hết. Sau đó họ lấy một mảng da đầu của ông đem làm Biopsy, rồi đưa ông sang bác sĩ chuyên khoa về thần kinh. Lại một loạt thử nghiệm khác, trong đó có khi họ cho điện chạy vô cơ thể ông để quan sát coi thần kinh ông phản ứng ra sao. Càng ngày càng nhiều thử nghiệm rắc rối hơn!

Một ngày nóng và ẩm, trong tháng 8 năm 1994, hai ông bà Morrie và Charlotte Schwartz được bác sĩ chuyên khoa về thần kinh mời tới phòng mạch. Bác sĩ mời họ ngồi xuống trước bàn giấy: họ đã định được bệnh của ông. Đó là một chứng nan y quái ác, giết dần các thần kinh vận động trong người. Hiện nay chưa có thuốc trị căn bệnh này! Morrie hỏi :

- "Vì sao tôi lại bị chứng đó?

- Chưa ai biết được nguyên nhân gây bệnh

- Bệnh tôi nặng lắm không?

- Thưa nặng!

- Nghĩa là tôi sắp chết?

- Tôi rất buồn phải nói vậy!

Bác sĩ ngồi với ông bà Schwartz hơn hai giờ đồng hồ, giải đáp tất cả mọi câu hỏi của họ. Khi ra về, giáo sư Morrie được bác sĩ tặng cho mấy tờ bướm in đủ thông tin về căn bệnh của ông, giống như mấy tờ giấy nhà băng tặng cho thân chủ khi tới mở chương mục vậy.

Bên ngoài phòng mạch, trời vẫn nắng tươi và thiên hạ vẫn đang bận rộn đi lại lo công việc riêng của họ. Trong đầu bà Charlotte Schwartz, hàng trăm câu hỏi hiện ra: Chúng tôi còn lại bao nhiêu thì giờ? Làm sao mà sống đây, làm sao trả nổi bills?..

Trong khi đó, ông thầy Morrie ngạc nhiên thấy cuộc sống bình thường vẫn đang diễn tiến "Sao quả đất không ngừng quay? Họ không biết tôi đang bệnh nặng sao?" Trái đất vẫn quay đều, không ai biết chuyện gì xảy ra cho ông. Khi lê bước chân nặng nề tới cái xe, Morrie cảm thấy như mình đã bị lọt xuống một cái hố thật sâu, không lối thoát.

Sau khi nhận "bản án tử hình" đó, Morrie tự hỏi: "Rồi mình làm sao đây?". Câu hỏi chưa có giải đáp rõ ràng, trong khi từ ngày nay qua ngày mai, từ tuần này qua tuần khác, cơ thể ông suy yếu rất mau.

Một ngày cho xe vào garage, ông thấy mình đạp thắng thật khó khăn, vậy là bỏ lái xe! Ông bắt đầu phải dùng gậy chống vì chân cẳng không đi còn đi đứng vững vàng được nữa: hết tự do di chuyển!

Ông được khuyên tới hội YMCA để bơi, nhưng có ngày ông thấy mình không tự thay quần áo được mà phải nhờ một sinh viên đi theo giúp ông: hết sự riêng tư!

Mùa thu năm 1994, ông vẫn cố tới đại học để dạy một khóa nữa, dù đã rất yếu. Trường học giống như cái nhà ông sống, đã tới lui suốt ba thập niên qua. Ông không nghĩ tới chuyện bỏ trường bỏ lớp được! Tuy nhiên, sau khi lết vô tới bàn, ngồi xuống, ông hạ cặp kính lão để nhìn vào lũ sinh viên trẻ đang ngếch mặt lên nghe:

"Các bạn sinh viên, tôi biết các bạn tới đây để học môn Tâm lý xã hội. Sau hơn hai mươi năm dạy môn này, đây là lần đầu tiên tôi phải nói là có thể tôi sẽ không dạy được trọn học kỳ này, vì tôi có thể chết sớm...Nếu chuyện này gây trở ngại và các bạn muốn rời sang lớp khác, thì tôi rất thông cảm, xin cứ tự tiện." Ông cười sau khi nói xong. Vậy là ai cũng biết ông sắp chết, hết bí mật!

Tuy các bác sĩ chẩn đoán ông sẽ còn sống được khoảng hai năm nữa, nhưng Morrie biết mình sẽ ra đi sớm hơn. Ông hầu như đã có quyết định quan trọng, ngay sau khi ông rời văn phòng bác sĩ với lưỡi hái tử thần treo trên đầu: *Tôi sẽ tàn tạ dần rồi biến mất, hay tôi sẽ sống những ngày còn lại một cách tốt đẹp nhất ?"*

Ông biết mình sẽ không biến đi một cách lặng lẽ, chết có gì đáng xấu hổ đâu? Thay vào đó, ông sẽ coi cái chết như một dự án cuối đời để cống hiến cho mọi người – vì ai rồi cũng chết mà thôi.

Morrie muốn nghiên cứu cái chết từ từ của chính mình, biến cơ thể thành ra một cuốn sách để ngỏ cho mọi người cùng coi. Ông viết cho bạn bè, thân nhân *"Vì cái chết sẽ đến với tôi rất chậm rãi, từ tốn; các bạn hãy coi những gì xảy ra cho tôi để mà học hỏi. Hãy tìm hiểu cái chết cùng với tôi!"*

Morrie biết mình đang bước trên cây cầu nối liền hai cõi sống-chết, ông muốn tìm hiểu và kể chuyện về cuộc hành trình này.

Mùa Thu qua mau. Morrie càng ngày càng phải uống nhiều thuốc hơn, và hàng ngày, y tá tới nhà giúp ông tập tành để cho các bắp thịt chân được vận động. Họ giúp ông co duỗi căng chân, coi giống như người ta bơm nước giếng. Cũng có người tới thoa bóp để bắp chân ông đỡ bị cứng ngắc ; thêm một người giúp ông tập thiền, thở ra thở vào với ý thức, trong khi mắt nhắm lại và tâm trí chỉ chú ý vào hơi thở, không suy nghĩ gì hết.

Một bữa Morrie chống gậy, bị té khi bước từ đường lên vỉa hè. Vậy là ông phải dùng nạng bốn chân (walker) để di chuyển. Cơ thể yếu dần, ông không còn sức để ra vô nhà tắm một mình mà phải nhờ người giúp để đi tiểu ngay trên giường.

Tuy nhiên, Morrie tiếp tục làm vui lòng các khách tới thăm viếng ông, ngày càng đông đảo. Ông thảo luận với nhiều nhóm về cái chết, ý nghĩa thực sự của Chết – vì sao mà xã hội Âu Mỹ lại sợ chết tới độ không tìm hiểu về chuyện đó ? Ông cho bạn bè hay, nếu muốn giúp ông, thì cứ tới chơi, gọi điện thoại và chia sẻ những khó khăn họ đang gặp như trước đây, khi ông chưa ngã bệnh. Morrie là một người rất biết lắng nghe.

Dù đau bệnh nan y, giọng nói của Morrie vẫn rất mạnh, trí óc ông bén nhạy với hàng triệu tư tưởng. Ông muốn chứng tỏ dù đang chết dần mòn, ông vẫn là người hữu dụng.

Năm mới đã qua, dù không nói với ai nhưng Morrie biết đây là năm cuối cùng của đời ông (1995). Ông nay phải ngồi trên xe lăn, nhưng ông luôn chiến đấu với thời gian để có thể nói những gì ông muốn nói với tất cả những người ông thương mến...

. Một bà em họ ông làm mấy câu thơ tặng ông:

"Ông anh họ của tôi
Trái tim anh không có tuổi
Anh đang lướt qua thời gian, từng lớp từng lớp
như cây đan mộc hiền hòa..."

Nhưng Morrie chưa chết. Ông đang bước qua giai đoạn đặc sắc của đời ông.

Thầy và trò

Mitch Albom tự viết về mình rất thành thật. Anh cho biết đã thất hứa với ông thầy khả kính Morrie ngay sau khi anh rời đại học, không giữ liên lạc gì với thầy trong bao năm trường. Những năm tháng mới ra trường, đụng chạm với cuộc sống thực tế, Mitch đã bị đời làm chai cứng tâm hồn. Anh viết :

"Tôi nhận ra thế giới này không chờ đón tôi. Suốt những năm mới ra khỏi đại học, ở lứa tuổi hai mươi, tôi phải làm những việc không ưng ý để chỉ đủ trả tiền nhà ....tôi mơ trời thành một dương cầm thủ nổi tiếng nhưng tôi chỉ được chơi đàn ở một hộp đêm vắng khách, nghèo nàn. Giấc mơ của tôi chua như giấm...lần đầu tiên tôi nếm mùi thất bại."

Chính trong thời gian đó, Mitch tiếp cận với cái chết của ông cậu, em ruột mẹ anh, người mà anh rất gần và kính yêu. Ông cậu anh chính là người đã dạy anh lái xe, đá banh và trêu chọc anh về chuyện liên hệ với bạn gái. Đó là người mà anh ngưỡng mộ, mong lớn lên được giống như ông. Cậu anh còn trẻ, chết vì bệnh ung thư ở tuổi 44, sau một thời gian bị đau đớn cùng cực.

Anh sống gần ông cậu năm chót, trước khi ông mất. Mitch thấy được sự bất lực của con người trước những cơn đau bệnh và thời gian giới hạn của cuộc sống. Anh thay đổi từ đó, cảm thấy thời gian như giòng nước chảy xiết, anh phải năng động, phải sống thật nhanh mới kịp. Anh bỏ nhạc, vô trường học thêm về ngành báo chí để kiếm sống dễ dàng hơn. Anh trở thành ký giả thể thao rất năng nổ, chạy đua với đồng hồ để mau thăng tiến. Anh sống với tốc độ và sự hăng say của tuổi trẻ, chẳng bao lâu anh có tiếng tăm, ngoài việc viết bình luận thể thao, anh còn viết sách, xuất hiện trên vô tuyến truyền thanh và truyền hình...Mitch có một ngôi nhà trên sườn đồi, rất mắc tiền. Anh đầu tư vào thị trường chứng khoán và tự lo chuyện này nên rất bận rộn. Anh trở nên giàu có, nhưng không có hạnh phúc, vì vợ anh muốn bỏ đi, khi thấy anh chỉ lao mình vào công việc, không màng tới gia đình, dù anh thành thật muốn lập tổ ấm cùng cô ta...

Mitch nghĩ rằng khi đạt được mục tiêu trong công việc, chàng ta sẽ kiểm soát được mọi chuyện. Anh đôn đáo đi tìm hạnh phúc bằng cách làm việc thật nhiều, trước khi ngã bệnh và chết như cậu anh. Cho tới ngày tình cờ nhìn thấy Morrie trên Ti-vi đang nói về cái chết từ từ của ông...

Mitch ngắm thầy, thấy căn bệnh tiến triển: Morrie có thể cầm cây viết nhưng ông không cất nổi cánh tay lên cao hơn ngực ông được nữa. Càng ngày ông càng phải nằm nhiều trong thư viện, trên chiếc ghế rộng, có thể ngả ra phía sau, dưới chân rất nhiều gối kê cho hai cẳng chân gầy guộc đỡ bị đau. Morrie có một cái chuông nhỏ để rung gọi người giúp khi ông cần kê lại chỗ ngồi hoặc làm "chuyện tiện nghi" gì đó. Tuy nhiên, không phải lúc nào ông cũng điều khiển được cái chuông theo ý muốn.

Mitch hỏi:

- Thầy có khi nào bực mình không?

- Đôi khi, nhất là buổi sáng – lúc mà thầy cử động đôi bàn tay – là những cơ quan còn động đậy được, thầy tiếc thương những bộ phận đã hư hoại, thầy muốn than khóc về cái chết chậm chạp và âm thầm của mình, Nhưng rồi thầy ngưng lại được

- Vậy ư?

- Thầy khóc khi nào thầy muốn. Nhưng rồi thầy tập trung vào những điều tốt đẹp còn lại lúc này đây, tập trung vào những câu chuyện, những con người thầy mới gặp hay sắp gặp, và ngày thứ ba với con nữa.

Mitch à, thầy không cho phép mình thương thân nhiều quá, mỗi buổi sáng vài giọt nước mắt là đủ!... Thật khủng khiếp khi thấy cơ thể mình tàn tạ chậm chạp để rồi biến mất, nhưng cũng thật màu nhiệm khi thầy có nhiều thì giờ để từ biệt mọi người. Morrie mỉm cười:

- Không phải ai cũng may mắn như thầy!

Mitch ngắm ông thầy đang nằm bẹp trong ghế, không đi đứng được, không thể tự rửa ráy, không kéo nổi cái quần lên – vậy mà ông nói "may mắn?"

Morrie tiếp lời:

- "Con có biết thầy học được bài gì lớn nhất khi bị căn bệnh này không? Đó là bài: hãy tặng tình thương cho người và thoải mái nhận lại tình yêu của người khác." Ông hạ thấp giọng xuống:

"Người ta thường nghĩ rằng mình không đáng được yêu, được thương, hoặc nếu buông thả ra cho mình được yêu thương thì ta trở thành người yếu đuối...Nhưng thầy đồng ý với nhà hiền triết Steven Levine: *"Yêu thương là hành xử hợp lý duy nhất"*.

Chương 5
Đối trị với đau nhức

Đau nhức kinh niên có thể coi là một bệnh khó chữa, dù nó không làm chết người. Có cái đau chóng qua, tự nó sẽ hết hoặc chữa trị được như đau răng, đau vì bị thương, đau vì bị giải phẫu v.v...Nhưng các chứng nhức đầu kinh niên (migraine) hay các chứng đau lưng, phong thấp nặng, thì tây y vẫn còn đang nghiên cứu thuốc mới, mong chữa dứt được chúng mà không cần giải phẫu. Người bệnh thường phải chấp nhận dùng thuốc khi lên cơn đau, và phải sống, phải làm bạn với căn bệnh đó.

Trong ngành tây dược, có hàng trăm loại thuốc để tiết giảm cường độ đau đớn cho người bệnh. Từ thuốc làm thư giãn bắp thịt, tới thuốc an thần, thuốc chống đau (Pain killers), mỗi loại đau đớn đều có nhiều thứ thuốc để trị nó. Đối với các chứng đau cấp thời (accute pains), thuốc trị đau có khi được coi là một thứ thần dược, làm ngưng ngay cảm giác khó chịu, đau đớn và người bệnh đỡ ngay sự lo lắng, sợ hãi. Nhưng, đối với các chứng đau nhức kinh niên, đa số các thuốc giảm đau đều không có hiệu quả như người ta mong muốn, và chúng đều có những phản ứng phụ không tốt cho bệnh nhân. Nhất là các loại thuốc có chất morphine hay codeine, là những chất ma túy, làm cho người bệnh suy sụp và vướng vào bệnh nghiền rất nguy hại. Các loại thuốc thông dụng như Ibuprofen (Advil, Motrin v.v...) thì lại có phản ứng làm bao tử bị xót và lở loét nếu dùng lâu.

Trong khi đó, tại Á châu (Trung Hoa), ngoài thuốc men, họ đã biết dùng nhiều thủ thuật như châm cứu, bấm huyệt, từ vài ngàn năm trước, để đối trị với những cơn đau đớn của cơ thể. Vào đầu thập niên 1970, trong khi sửa soạn cho chuyến công du của tổng thống Nixon qua Trung Quốc, một phái đoàn bác sĩ Mỹ đã được chứng kiến và quay phim cảnh giải phẫu bụng tại một bệnh viện Trung Hoa, trong đó bác sĩ chỉ dùng kim châm cứu chứ không dùng chút thuốc gây tê mê nào cả.

Chịu đau hay chết?

Những người bị ung thư hay bị hư hỏng một bộ phận trong cơ thể, tùy theo sức chịu đựng và sự chọn lựa mà họ sẽ tập sống với cái đau khó lành, dùng thuốc giảm đau với liều lượng tối đa, cho dù thuốc gây ra các hậu quả tệ hại khác.

Một ông bác của người viết, khi biết căn bệnh cancer ruột của mình tái phát và đã tới thời kỳ quá đau đớn, ông đã bảo một người con (là y sĩ trông nom ông) cho tăng liều thuốc morphine lên để ông còn sống ngày nào thì được dễ chịu ngày đó. Ông hiểu rõ, khi liều thuốc tăng tới độ ông bị mê man, thì ông có thể chết vì liều thuốc đau quá cao, trước khi căn bệnh trầm trọng tới mức giết ông. Ông bác tôi chọn cách sống có phẩm chất (Quality of life) thay vì sống mà khổ sở vì quá đau đớn. Khi ông mất đi, con cháu vô cùng thương tiếc, vì tinh thần cụ rất minh mẫn (trước khi bị mê man vì thuốc đau), thân thể cụ cũng còn tươi tốt, hồng hào như thuở khỏe mạnh. Ông đã chọn ra đi sớm để không phải chịu đau, một phần có thể vì suốt đời, ông là một người rất khỏe mạnh, không bao giờ phải uống một viên thuốc nào, chưa bao giờ phải vô nhà thương. Lý do quan trọng hơn, có thể vì ông đã coi chuyện sống-chết khá nhẹ nhàng nên không sợ hãi, trốn tránh nó.

Một số các bác sĩ Âu Mỹ ngày nay đã xử dụng các phương pháp trị chứng đau nhức kinh niên của Đông y như châm cứu, bấm huyệt, thoa bóp bằng các chất dược thảo nóng v.v...tuy rằng họ cũng đã làm nhiều thử nghiệm để tìm hiểu về gốc rễ và cách vận hành của bộ thần kinh não, đưa tới cảm giác đau đớn. Họ chia ra hai loại đau chính: cái đau có mục đích sống còn, đau vì bướu ung thư chẹn các giây thần kinh cảm giác, và những cái đau không có mục tiêu báo động, đa số là loại đau trường kỳ.

Khi chúng ta dẫm bàn chân trần lên vỉa hè nóng bỏng, chân ta đau rát, và ta chạy ngay vào chỗ mát trú ẩn. Khi vô tình đụng vào nắp nồi nước sôi, tay chúng ta rụt lại ngay tức khắc. Khi bị đau thắt phía bụng dưới bên phải, nếu ta biết được (nhiều phần vì ruột dư bị đau), đi nhà thương khám bệnh ngay, thì sẽ được thoát hiểm. Nếu chờ lâu quá, ruột dư bị bể ra, người bệnh có thể mất mạng... Đó là những cái đau hữu dụng, ngắn hạn, một thứ báo động để chúng ta có phản ứng, nhờ đó mà chúng ta đỡ khổ.

Khi cái đau kéo dài, khó trị, lúc có lúc không, nó thường có gốc rễ là một chứng bệnh nào đó, như bệnh thấp khớp, đau đầu kinh niên, đau cột sống v.v... thì hầu như nó không có mục đích giúp ích gì cho cơ thể chúng ta. Cái đau khi đó, tự nó là một vấn đề khiến chúng ta điêu đứng. Chúng ta có thể bị đau năm này qua năm kia, mọi hoạt động bình thường đều bị giới hạn. Đau đớn lâu cũng làm tiêu hao sức khoẻ thể chất và sức khoẻ tinh thần người bệnh. Y khoa giải quyết các đau nhức cấp tính dễ dàng hơn đối với cái đau kinh niên.

Đau đớn là một vấn đề có liên quan tới văn hóa, sắc dân và căn bản giáo dục của người bệnh. Theo nghiên cứu (1993) của bác sĩ Meryam S Bates và đồng nghiệp, thì người Hispanic chịu đau yếu nhất, kế tới người Ý. Người Canada gốc Pháp và người Ba Lan chịu đau giỏi nhất. Đứng giữa chừng là người Ái Nhĩ Lan và người Hoa Kỳ. Thời đó họ chưa thử nghiệm với người Á Châu, Phi châu hay da đỏ.

Theo thống kê cuối thế kỷ 20, có từ 10 tới 30% dân Mỹ bị một chứng bệnh đau đớn kinh niên. Trong đó khoảng gần 12 triệu người trở nên bất toàn (handicap) sinh hoạt khó khăn và gần ba triệu người bị coi như bất lực (disable), chỉ vì chứng đau cột sống (đau lưng). Thống kê cho biết mỗi năm xứ Mỹ mất 550 triệu ngày làm việc do công nhân xin nghỉ vì bị đau, tương đương với 100 tỷ Mỹ kim bị sút giảm trong tài khoản quốc gia.

Cách chữa đau nhức ngày nay

Trong cuốn Mind-Body Medecine, bác sĩ Dennis C Turk, giám đốc trung tâm lượng định bệnh đau đớn (đại học y khoa Pittsburg), và tiến sĩ tâm lý Justin M Nash (đại học Brown, Rhode Island) viết về cái nhìn của y giới ngày nay đối với các chứng đau nhức kinh niên như sau:

"Từ 10 tới 30 phần trăm dân Mỹ bị bệnh đau nhức kinh niên. Trong nhiều trường hợp, người ta không biết rõ nguyên do và không chữa dứt được các chứng đau đó. Tuy rằng đa số bệnh nhân bị đau lâu dài thường có tâm trạng tuyệt vọng, họ cần biết rằng họ có thể đóng một vai trò tích cực trong việc kiểm soát các đau nhức. Nhiều nghiên cứu cho biết có những phương pháp giúp được bệnh nhân tự chăm sóc mình để bớt đau như các phương pháp thiền tập, thở có ý thức (Meditation hay Mindful breathing), thư dãn (Relaxation), dùng tâm nội soi cơ thể (Body Scan by Mindfulness practice), Biofeedback (hiểu rõ các phản ứng của cơ thể để tìm cách trị đau), Reflexology, massage (Thoa bóp), tự kỷ ám thị và thôi miên v.v...

Theo các y sĩ chuyên khoa, cái đau luôn luôn tạo ra những phản ứng sinh lý (Physiologic) trong ta, như bắp thịt cương lên, máu chạy mau hơn, một vài chất hóa học trong bộ não tiết ra nhiều hơn. Tình trạng tâm lý của chúng ta ảnh hưởng trực tiếp và gián tiếp lên cảm giác đau đớn. Nhưng mỗi người lại cảm nhận cái đau một khác, dù cái đau do cùng một nguyên nhân gây ra. Vì vậy, người ta chưa thể chế ra được một cái máy đo cường độ đau đớn. Bác sĩ chẩn bệnh đau phải tin vào người bệnh. Ông chỉ có thể căn cứ vào hoàn cảnh sống và tâm lý cuả họ để giúp họ giảm bớt các cơn đau.

Tâm bất an sẽ đau nhiều hơn?

Theo hai bác sĩ Turk và Nash, có nhiều nguyên nhân tâm lý làm cho cái đau vật lý tăng lên. Khi bắt đầu bị đau (thí dụ bắt đầu lên cơn nhức đầu migraine chẳng hạn), nếu ta nhớ tới các kinh nghiệm cũ mà lo lắng, sợ hãi, các bắp thịt căng thẳng, thì cảm giác đau đớn lần này sẽ gia tăng lên rất nhiều; cũng như khi bị đau mà suy nghĩ một cách bi quan hoặc nghĩ bệnh này không thể ngăn ngừa hay chữa trị được, thì chúng ta sẽ trở thành miếng mồi ngon cho cảm giác đau đớn tấn công mạnh hơn. Đau cộng thêm lo lắng, cũng giống như người bị trúng tên lại lãnh thêm một mũi tên thứ hai chồng lên cái tên trước vậy.

Khi quá sợ hãi, cố tình tìm cách đi đứng gượng nhẹ vì sợ bị đau; hoặc khi lên cơn đau, đi tìm ngay mấy viên thuốc (có người tìm rượu!) để uống cho đỡ, chúng ta cũng vô tình đã làm cho cánh cửa đau trong não bộ có cơ hội mở ra lâu hơn! Tâm lý phụ thuộc vào thuốc trị đau khiến cho bộ não chúng ta trở nên thụ động, không chịu tiết ra các chất giảm đau trong ta (endorphins) để tự chữa lành. Uống rượu để quên đau thì còn nguy hiểm hơn nữa!

Có khi chỉ vì tâm lý muốn được mọi người chú ý, được chiều chuộng hơn, hay vì muốn làm những điều mà khi không đau, ta không được phép làm... nên chúng ta hay kêu rêu, nhăn nhó (từ vô thức), để làm lớn thêm cái đau đớn kia! Nếu nghĩ người bệnh đau thuần tâm lý, bác sĩ có thể kiểm chứng bằng các phép nội soi hay dùng quang tuyến loại mới MRI, coi cơ thể có gì trục trặc hay không. Nếu mọi thử nghiệm đều không tìm ra nguyên do, thì có thể đó là cái đau do tâm lý. Tuy vậy, những chứng đau nhức kinh niên đa phần đều do thân bệnh. Các bác sĩ thường rất cẩn trọng khi muốn nói tới lý do tâm lý của ngươi bệnh - vì nghe như vậy, bệnh nhân có thể phản ứng mạnh, tự ái họ bị đụng chạm, và do đó, cái đau của họ lại tăng thêm nữa!

Dù cho nhiều người ngày nay nghĩ rằng tâm lý có ảnh hưởng nặng tới các bệnh đau nhức, đa số các thầy thuốc chữa trị theo y khoa thông thường (conventional medecin) tin rằng muốn chữa đau, họ phải dùng thuốc giảm đau hay giữ cho cơ thể bất động một thời gian nào đó, trước khi tập cử động bình thường trở lại.

Thuốc trị đau gồm nhiều loại, những thứ hiệu quả nhất thường có chứa chất ma túy dễ làm cho bệnh nhân bị nghiền, thí dụ thuốc có chất Morphin hay Codeine, cần sa và các hợp chất của chúng. Khi dùng nhiều các chất thuốc này, càng ngày bệnh nhân càng phải tăng liều lượng mới có cùng hiệu quả. Và chuyện nghiền thuốc là điều thường xảy ra. Thuốc chỉ làm cho cơn đau dịu đi một thời gian chứ không chữa lành được. Và nó thường gây ra các phản ứng phụ bất lợi cho người bệnh.

Khí giới trị đau quan trọng nhất, chính là cái tâm của bạn - sức mạnh nội tại của con người. Đó là kết luận cuả bác sĩ Dennis C. Turk và tiến sĩ tâm lý Justin M Nash: đau đớn có thể giảm đi rất nhiều hay hết hẳn, khi chúng ta thực tập để thay đổi tâm thức, từ bi quan, phiền não đổi ra lạc quan, vui vẻ.

Bà chúa phải gai

"Bà chúa phải gai - thuyền chài thủng ruột" là câu ngạn ngữ Việt Nam, nói tới ảnh hưởng lớn lao cuả tâm lý trên cái đau vật lý. Một con người quen được cưng chiều như ông hoàng bà chuá, khi bị một cái gai nhỏ đâm vào, họ có thể cảm thấy đau đớn vô cùng, có lẽ đau ngang với một người làm nghề chài lưới bị thủng ruột!

Trong ngành khảo cứu y khoa tân tiến ngày nay, người ta hiểu được diễn tiến của cảm giác đau đớn trong cơ thể qua giả thuyết "đóng cửa - mở cửa" của tuyến Thalamus trong não bộ. Khi một phần cơ thể ta tiếp xúc với một vật quá nóng hoặc quá lạnh, hay khi bị vật bén nhọn đâm vào da, làm trầy sướt hoặc cứa cắt, đục thủng phần cơ thể nào đó... tóm lại khi cái thân bị đau, cảm giác được truyền ngay qua các cánh cửa mở trong giây thần kinh cột sống - truyền tới tuyến Thalamus, rồi từ đó, nó được chuyển tới một trung tâm trong vỏ não (Cortex) phía sau đầu, khiến ta cảm nhận mình đang đau. Trung tâm vỏ não cũng có thể thông tin tức khắc cho tuyến Amygdala để nó ra lệnh (gấp rút) cho cơ thể phản ứng tức thời, tránh các lý do làm ta đau. Khi bất ngờ bị đụng chạm vào chỗ cứng hay nhiệt độ khác thường, người ta thường nhắm ngay mắt lại, nghiêng người đi hoặc rút tay, chân ra khỏi chỗ nguy hiểm đó.

Các giây thần kinh trong cột xương sống được coi như các xa lộ chuyên chở những tín hiệu cảm giác. Tùy vào tình trạng tâm thần của ta lúc đó, não bộ sẽ ra lệnh đóng cánh cửa đau lại mau hay chậm - khiến cho ta bị đau trong thời gian ngắn hay dài. Não bộ, trong một số trường hợp (như khi người bệnh tập thư dãn chẳng hạn), nó cũng có thể tiết ra các chất endorphines (giống chất morphine - trị đau rất hữu hiệu) để tự chữa cho cơ thể bớt đau đớn. Những người có niềm tin tôn giáo, khi chú tâm cầu nguyện hay thiền quán, đều cảm thấy đỡ đau dù chưa được dùng thuốc chống đau.

Các lực sĩ khi tranh đua, thường không cảm thấy đau gì hết dù họ bị té ngã rất nặng, vì tín hiệu đau dù có được gửi lên tuyến Thalamus qua những cánh cửa mở trong thần kinh cột sống, nhưng tự động, bộ thần kinh của anh ta đóng ngay cánh cửa thông tin đau rất lẹ. Lý do là khi đó, lực sĩ chỉ chú ý tới chuyện tranh đua để thắng. Sau khi trận đấu kết thúc, lực sĩ không còn để hết tâm ý vào cuộc tranh đua nữa, anh ta mới cảm thấy đau. Lúc đó, cánh cửa đau không còn lý do để đóng lại, nó mở ra, cho phép thần kinh cột sống gửi tín hiệu đau lên bộ não một cách bình thường. Vết thương càng lớn anh lực sĩ càng thấy đau nhiều và đau lâu.

Cái đau này không phải là tôi

Bình thường chúng ta không phân biệt đau đớn với đau khổ; trong khi chúng khác nhau khá nhiều. Đau đớn là một trong những kinh nghiệm tự nhiên trong đời sống, một phản ứng của cơ thể đối với một tình trạng nào đó. Đau khổ là một hay nhiều phản ứng của chúng ta đối với sự đau đớn hay đối với các hoàn cảnh bất như ý. Khổ có nguyên nhân là các nỗi đau thể chất hay đau tinh thần. Khổ cũng là một diễn tiến tự nhiên của đời sống.

Làm người, ai cũng đau và khổ cả. Chỉ một cái đau đớn nho nhỏ của thân thể cũng có khi làm cho ta sợ hãi, nghĩ rằng đó là dấu hiệu của bệnh nan y, và ta rất khổ sở trong âu lo đó. Đối với cùng cái đau đó, nếu biết kết quả thử nghiệm không có gì, ta sẽ thấy nó không làm cho ta phiền não chi mấy. Cách nhìn, quan niệm của ta về sự đau đớn khiến cho ta khổ nhiều hay ít, tuy cái đau thể chất vẫn là một.

Chúng ta thường rất ghét cái đau, hầu như chỉ nghĩ tới đau đã khó chịu rồi. Vì vậy, khi nhức đầu chút đỉnh là người ta đi lấy thuốc uống; khi bắp chân mỏi mệt là ta kiếm chỗ ngồi hay nằm dài nghỉ ngơi. Bạn nên biết rằng, thái độ chán ghét cái đau sẽ là một chướng ngại khiến cho ta không biết cách sống chung với các đau nhức kinh niên.

Tất nhiên không ai muốn vướng vào một chuyện bị đau đớn triền miên. Nhưng tại Hoa Kỳ, chứng đau ngang thắt lưng thôi cũng đã khiến cho sản lượng quốc gia thiệt hại mất 30 tỷ đô la mỗi năm - gồm số tiền thiệt vì thợ không còn khả năng sản xuất, cộng với tiền thuốc men. Đó là chưa kể tới những mất mát về phương diện tâm lý nơi bệnh nhân và gia đình họ.

Người bị đau kinh niên thường chỉ sinh hoạt trong một giới hạn, có khi bị coi như tàn phế vì không còn khả năng tự chăm sóc mình. Họ khó chịu, dễ chán nản có thể đi tới trầm cảm (depressed), và dễ trở thành người chua chát, tuyệt vọng. Dù cho y khoa tiến bộ, người ta sản xuất ra nhiều phương thuốc hoặc giải phẫu rất hay để trị đau, nhưng cuối cùng, người bệnh bị đau nhức lâu vẫn thường được bác sĩ khuyên *"nên học cách sống hòa bình với cái đau của mình"*. Lý do là vì y khoa chưa biết rõ mọi nguyên nhân sinh ra đau nhức, hoặc có khi biết rõ nhưng y sĩ lại không thể cắt bỏ các giây thần kinh gây ra cái đau đó v.v..."

Chữa dứt bệnh đau kinh niên là chuyện khó khăn, nhưng

theo các bác sĩ chuyện khoa trị đau, chúng ta có thể giảm thiểu cái đau được nhiều phần, nhờ các phương pháp thực tập lối sống có ý thức. Nhiều phương pháp thực tập sống có ý thức rất phổ thông ngày nay như thiền tọa, thiền hành, tập các động tác yoga, thư dãn và nội soi (Body Scan) v.v... Điều quan trọng là bạn cần thực tập một cách chuyên cần, đều đặn, và kiên trì mới có kết quả tốt.

Thiền tập giúp bạn có thể nhận diện, có ý thức về các đau nhức trong cơ thể. Chỉ nhận biết và chấp nhận chứ không đánh đuổi hay chống cự với cái đau. Không tìm cách chạy trốn (bằng những chuyện khác như giải trí, ăn uống hay rượu chè), không cố đẩy cái đau ra ngoài mình. Bắt đầu, bạn tập nhìn cái đau như một đối tượng bên ngoài mình, và chú ý vào hơi thở vào, ra trong ít phút. "Tôi không phải chỉ là cái đau này". Sau khi bạn có được sự an tịnh nhờ theo dõi hơi thở, bạn có thể nhận diện và ý thức về cái đau trong vài ba hơi thở - rồi càng ngày bạn càng có bình tâm để nhìn cái đau lâu hơn: Bạn tập sống với cái đau, coi nó như một thứ mà ta cần chấp nhận. Mỗi khi bạn biết thở có ý thức và theo dõi được cái đau, bạn cũng sẽ ý thức được các cảm giác, tư tưởng khác trong đầu mình. Bạn sẽ thấy bao nhiêu điều kiện khác trong đời có thể mang hạnh phúc cho bạn, không phải đời bạn chỉ thuần cái đau kia mà thôi.

Không còn bị chìm đắm hoàn toàn trong đau đớn và lo âu, sợ hãi nữa, bạn có cơ hội nhận diện rõ ràng hơn để biết khi nào cơ thể mình bị đau nhói lên - khi nào cái đau giảm thiểu. Nhưng bình thường, hầu như tâm bạn luôn luôn nghĩ về cái đau như: "Đau qúa, tôi không thể chịu nổi nữa- Không biết mình còn phải đau đớn bao lâu nữa? Thế là hết hy vọng, thuốc mạnh thế mà không giảm được đau! Chắc là mình đành bó tay, cuộc đời coi như hết rồi!". Nếu nhìn nhận cho kỹ, bạn sẽ thấy không có ý nghĩ nào trên đây là sự đau đớn hết, chúng chỉ là những phản ứng của bạn đối với cái đau thôi!

Khi nhận diện được những cảm nghĩ tiêu cực trên không phải là cái đau, đồng thời bạn cũng hiểu rằng mình không chỉ là những cảm giác khó chịu đó. Bạn cũng không chỉ là những đau đớn kia! Khi đó, bạn có thể *nhận biết và hiểu* được bằng kinh nghiệm của chính mình, thấy rằng các xúc động, cảm giác và suy nghĩ kia đều không ích lợi gì cho việc giảm đau - chúng chỉ làm tăng nó lên! Khi xả bớt được các cảm xúc, suy nghĩ liên quan tới phản ứng của tâm bạn đối với cái đau, bạn sẽ có năng lượng để chấp nhận sự đau đớn trong giờ phút hiện tại. Bạn sẽ không còn tìm cách chạy trốn hay xua đuổi nó nữa.

Sự nhận biết và hiểu được các cảm nghĩ của mình như thế chính là phần năng lượng rất lớn giúp cho bạn đứng ra ngoài cơn đau để ngắm nhìn nó. Nhờ năng lượng đó, bạn cũng thoát khỏi những ý nghĩ đen tối, tiêu cực làm cho mình đau thêm. Năng lượng đó chính là phần quý giá nhất trong con người bạn. Phật giáo gọi năng lượng đó là Chánh Niệm, Thiên chúa giáo gọi là Thánh Linh.

Thực tập theo lối đó, bạn biết sống với giây phút hiện tại, bớt hẳn lo lắng và sợ hãi. Con người bạn không chỉ là cái đau đớn, mà còn là phần ý thức, phần tâm linh cũng như biết bao cảm thọ khác trong mình. Cái đau không còn là trọng tâm sinh hoạt của bạn nữa. Bạn sẽ thấy bạn vẫn có thể thưởng thức được nhiều vẻ đẹp và niềm vui khác trong cuộc sống. Và nếu bạn biết cách để tưới tẩm các niềm vui kia, cái đau kia sẽ không còn khả năng khống chế bạn, vì nó chỉ là một phần tử trong con người đa diện của bạn. Con người chúng ta giống như cái Ti-vi có nhiều đài khác nhau. Khi chúng ta thực tập sống có ý thức, ta có thể đổi đài Ti-vi, từ phiền não, đau khổ sang đài bình an, hạnh phúc. Vấn đề là bạn có quyết tâm để thực tập kiên trì hay không.

Thư dãn làm dịu cơn đau

Thư dãn (Relaxation) làm tăng tiến khả năng tự chữa lành bệnh của người bệnh. Ảnh hưởng rõ nét nhất của sự thư dãn là làm dịu cơn đau. Joan Borysenko, tâm lý gia nổi tiếng của Hoa Kỳ kể chuyện lần đầu tiên bà ngăn chặn được cơn nhức đầu kinh niên (Migrain) nhờ ngồi thở và thư dãn: Một ngày, đang làm việc, bà bỗng nhận ra các mạch máu hai bên thái dương bắt đầu căng ra, tai bắt đầu ù, bà biết cơn đau đầu lại sắp kéo tới. Không theo thói quen, uống ngay mấy viên thuốc, lần này bà Joan ngồi bất động, nhắm mắt lại và chỉ theo dõi hơi thở ra thở vào. Sau chừng 15 - 20 phút, bà cảm thấy các bắp thịt trên mặt và trên đầu bắt đầu thư dãn. Bà cảm thấy thoải mái hơn. Sau chừng nửa giờ chỉ chú tâm vào chuyện thở, cơn đau đầu không tới làm khổ bà như bao lần trước nữa.

Joan Borysenko bị chứng đau đầu kinh niên (migraine) từ nhiều năm qua, mỗi cơn đau đầu là một lần đau khổ vô cùng. Hôm đó, khi thấy cơn đau đã bắt đầu nhưng nhờ thở có ý thức một hồi lâu, bà đã làm cho nó ngừng lại được. Hét lên vì vui mừng, Joan chạy xô vào phòng thí nghiệm trong đại học để khoe với bạn bè "Tôi đã khám phá được một phương thuốc kỳ diệu!".

Sau kinh nghiệm đó, Joan Borysenko rất chăm tập thư dãn bằng Yoga hoặc thiền định. Và sau khi có bằng tiến sĩ, bà cùng các bạn đồng môn tiếp tục nghiên cứu về việc chữa bệnh bằng tâm lý cho rất nhiều bệnh nhân. Song song với y viện Thân-tâm của bác sĩ Herbert Benson tại Massachusetts, bác sĩ Joan Borysenko cùng các bạn cũng lập một y viện Thân-tâm (Mind and body clinic) tại vùng New England (Đông Bắc) Hoa Kỳ từ năm 1981.

Joan Borysenko cũng là tác giả đã của nhiều sách rất nổi

tiếng. Cuốn "Minding the body and mending the Mind" (Ý thức về thân, chữa lành tâm) của bà được vô danh sách bán chạy nhất xứ Mỹ trong nhiều kỳ, ngay từ lần xuất bản đầu tiên, năm 1987.

Trong cuốn sách nói trên, Joan ví tâm trí (Mind) của con người giống như một ông thần vạn năng, có thể cung ứng cho chúng ta tất cả những gì ta mong cầu. Nhưng một khi ta đã có đầy đủ mọi thứ về vật chất, nếu không biết ngừng nghỉ, thì cũng chính cái tâm trí đó, nó sẽ "ăn thịt" chúng ta bằng những lo âu, phiền não.

Chuyện kể về anh Ba, một người rất nghèo: áo không đủ mặc, cơm cũng bữa đói bữa no. Một bữa đi vơ vẩn trên đường, anh Ba nhặt được mấy cái vỏ chai. Anh mang về cọ rửa cho đỡ dơ để đem đổi lấy ít xu. Bỗng có ông thần chui ra từ một cái chai, nói với anh ta: "Tôi là đầy tớ của anh suốt cuộc đời. Anh có thể ước muốn bất cứ chuyện gì, tôi cũng sẽ giúp anh thực hiện được". Anh Ba tưởng mình nằm mơ, đang biến thành nhân vật Aladin nhặt được cây đèn thần. Sau khi hỏi chuyện ông thần trong chai và thấy ông thần có vẻ nghiêm trang, anh liền nói: "Ông giúp tôi vậy, có điều kiện gì không? Tôi phải trả nợ gì ông sau đó không?"

- Có mà không! Ông thần đáp lời. "Anh không nợ gì tôi hết, nhưng chỉ có một điều kiện là khi anh hết ước muốn rồi, không còn gì để sai khiến tôi nữa, thì... tôi sẽ ăn thịt anh! Anh nghĩ kỹ đi rồi cho tôi biết".

Anh Ba suy ghĩ thật lung. Sau cùng, anh lý luận: mình nghèo khổ như vầy, thiếu thốn đủ thứ, cơm áo còn chưa có, thì thiếu gì việc để sai hắn mà phải sợ? Và anh nhận điều kiện của ông thần.

Anh Ba đòi ăn bữa cơm ngon, ông thần liền đi chợ nấu ăn cho ảnh. Thôi thì đủ món, Tây, Ta, Tầu, Nhật...bữa nào cũng thịnh soạn như ăn tiệc. Sau đó tới chuyện quần áo, giày nón, anh đòi đủ kiểu đẹp đẽ, hợp thời trang, muốn mặc gì ông thần cũng cung cấp hết. Rồi xe cộ, nhà cửa, đồ đạc v.v.... Anh Ba sung sướng hưởng cảnh giàu sang phú qúy, và ông thần bận làm việc luôn luôn. Sau đó anh Ba đòi ông thần tìm cho một cô vợ thật đẹp và ngoan, rồi khi anh có thêm mấy cô cậu qúy tử, thì lại bao chuyện anh cần sai ông ta. Ngay cả chuyện giải trí, rong chơi, anh cũng có thể đòi hỏi bất kỳ phương tiện nào: xe lửa, máy bay, mọi mong ước anh đều đạt được dễ dàng nhờ ông thần.

Một ngày kia anh Bảy bỗng chợt thấy lo lắng, vì hình như mình đã có đầy đủ hết mọi thứ, đã hưởng tất cả những phong lưu phú quí của đời người. Anh không còn ham muốn chuyện gì nữa, thì cần ông thần làm việc gì nữa đây? Anh nhớ tới giao ước, nếu anh không có chuyện gì sai khiến ông ta nữa thì ông sẽ ăn thịt anh ngay!

Anh Ba bèn nghe lời bè bạn, bay xuống Nam Mỹ nghỉ hè đồng thời đi tìm một vị đạo sư đang sống ẩn dật trong rừng, có tiếng là người nhiều trí tuệ. Khi gặp được ông, anh kể chuyện ông thần và vấn kế vị đạo sư đó : "Thưa xin thầy chỉ cho con làm sao để khỏi bị ông thần ăn thịt. Nay thật tình con không còn thèm muốn chi nữa cả, làm sao giao việc hoài để cho hắn phải bận rộn liên tục được nữa?" Ông Đạo cười xoà: "Dễ quá mà anh không nghĩ ra đó thôi! Anh về sai ông ta làm cho một cái tháp bằng đồng. Làm xong thì đánh cho đồng bóng lên rồi lau chùi cho sạch. Cứ lau từ trên xuống dưới, từ dưới lên trên, lau hết giờ này qua giờ khác, không ngừng nghỉ. Chỉ khi nào anh cần chuyện chi, gọi thì ông ta mới được ngưng chuyện lau bóng cái tháp để mà làm chuyện khác mà thôi. Vậy là ông thần lúc nào cũng có việc làm, ăn thịt anh sao được?".

Bà Joan Borysenko khi kể câu chuyện trên, kết luận rằng Tâm Trí (mind) của mình giống hệt như ông thần trong chai đó. Nếu chúng ta không biết điều khiển Tâm ta, thì có lúc nó sẽ như ông thần, ăn thịt chúng ta vì những lo âu, sân hận hay buồn phiền. Thất tình và lục dục của chúng ta luân phiên bắt tâm trí ta làm việc luôn luôn, chộn rộn đủ mọi điều. Bình thường ít người trong chúng ta sống được cuộc đời an nhiên tự tại, hài lòng với hoàn cảnh mình đang sống. Ta dùng bộ não ngày đêm vì nó thiên biến vạn hóa, có khả năng để phục vụ theo lòng ham muốn vô hạn của con người. Nhưng nếu không biết kiểm soát nó thì chính cái tâm chộn rộn đó sẽ làm ta gục ngã vì những âu lo phiền não cho dù ta đạt được hầu hết các mong cầu. Joan Borysenko cho rằng, khi chúng ta giao phó cho tâm trí ta việc theo dõi hơi thở, tâm ta sẽ được an tịnh, thư dãn, và không bị những lo âu phiền não làm hại. Có ý thức về hơi thở, tâm trí ta sẽ được thư dãn, và thân thể ta sẽ có những phản ứng rất tốt cho sức khoẻ.

Thiền tập hết đau?

Lan là một cô bé, từ năm 14 tuổi, em đã bị bệnh phong thấp nặng, hư mất khớp xương háng bên trái - nơi xương đùi tiếp giáp với xương chậu. Y khoa Việt Nam thời 1990 đó chưa có phương tiện để thay thế khớp xương hông bằng xương giả như tại Âu Mỹ. Lan chỉ được bác sĩ cho toa mua thuốc giảm đau, liều lượng tăng cao dần, và càng ngày càng phải dùng loại thuốc nặng hơn mới đỡ khổ. May mắn cho cô bé, gia đình em đã xin được hệ thống nhà thương Shriner ở Canada nhận thay khớp xương hông đó, miễn phí cho em, vì em còn là trẻ vị thành niên (dưới 18 tuổi).

Khi mới rời xứ qua tới Canada, cô bé da xanh mướt, đi đứng khó khăn vì chân trái hơi ngắn hơn chân phải. Mỗi ngày em phải dùng những liều thuốc giảm đau mạnh nhất (8 viên thuốc Motrin 300mg) mới thấy dễ chịu. Sau một thời gian hội nhập được với khí hậu lạnh của xứ tuyết, Lan bắt đầu tập theo dõi hơi thở theo phương pháp thiền tập Phật giáo. Bà cô hướng dẫn em với tất cả tấm lòng thương yêu, và Lan thực tập rất nghiêm túc vì có lòng tin vào cô, cũng vì bao tử em rất khó chịu khi phải uống nhiều thuốc quá. Chỉ vài ba tháng sau, em có thể rút liều thuốc đau xuống từ từ: 6 viên rồi 4 viên một ngày.

Mỗi khi lên cơn nhức nhối, Lan nằm dài trên giường, chỉ chú ý tới hơi thở vào, ra và tập thư dãn toàn thân, nhất là thư dãn các bắp thịt gần chỗ hông bị đau. Cơn đau ngày càng nhẹ bớt, và liều thuốc em uống càng ngày càng nhỏ đi. Gần một năm sau, khi sắp được giải phẫu thay xương, Lan không còn cần tới thuốc giảm đau mà em chỉ cần thư dãn và thở sâu là có thể chịu được khi cơn đau ập tới.

Thiền sư và giáo sĩ không biết đau?

Những người sống về tâm linh nhiều, như các vị thiền giả, các tu sĩ trong bất kỳ tôn giáo nào, là những người có thể sống thản nhiên được trong những cơn đau bệnh. Đa số các thiền sư hay giáo sĩ tu hành nghiêm mật, khi vào nhà thương vì lâm bệnh nặng, họ thường làm cho các bác sĩ, y tá ngạc nhiên vì sự chịu đau can trường của họ. Để giữ cho tâm được trong sáng tới phút lâm chung, họ thường từ chối không uống thuốc trị đau vì không muốn bị say thuốc mà trở nên hôn mê. Họ nỗ lực thiền quán để sống an bình cả với những cơn đau rất khó chịu đựng của bệnh ung thư.

Đối trị với các cảm giác đau đớn, thiền sư thường dạy người ta nên có can đảm trực diện với nó chứ đừng "chạy trốn", giả vờ không biết tới nó. Chạy trốn như vậy, bạn chỉ quên được cơn đau trong ít giây phút, và nếu cái đau không quá nặng mà thôi. Cách hay nhất là "biết" là cái đau đang hiện diện trong cơ thể mình. Khi có ý thức về cái đau, nó lập tức trở thành một đối tượng để bạn quan sát nó, bạn không còn bị cái đau nắm chặt, cơ thể và tâm thức bạn hầu như được tách ra ngoài cái đau kia. Con người bạn lớn hơn cái đau rất nhiều. "Chúng ta không chỉ là những con người có kinh nghiệm tâm linh, nhưng chúng ta chính là những thực thể tâm linh, có kinh nghiệm làm người." Đó là câu danh ngôn nổi tiếng của triết gia linh mục Teillard de Chardin (người Pháp).

Khi nhìn thẳng vào bộ phận đang đau nhức, và nếu giỏi hơn, thì ôm ấp cái đau bằng những hơi thở có ý thức để biết rõ mình đang đau ra sao, đau ở chỗ nào, cái đau sẽ tự nó thay đổi, giảm cường độ. Các y sĩ cũng công nhận cái đau vật lý trong cơ thể sở dĩ nó có thể làm cho chúng ta khổ sở, vì kèm theo cảm giác đau, chúng ta còn bị cái sợ hãi, lo lắng trong tâm làm cho cảm giác đau kia lớn mạnh lên.

Chúng ta có thể học hỏi từ thiền sư người Miến Điện U Pandita khi ông dạy môn sinh đối trị với cái đau trong những buổi thiền tọa dài. Đối với truyền thống thiền nam tông (Thiền Minh Sát - Vipassana), khi thực tập, thiền sinh thường phải ngồi tĩnh tọa ít nhất ba-bốn lần mỗi ngày, mỗi lần có khi kéo dài mấy giờ đồng hồ liền. Thiền sinh bị đau nhức rất nhiều, không chỉ đau chân mà còn đau cả đầu gối, vai và cột sống. Theo thiền sư, khi ngồi tĩnh tọa để làm an tịnh tâm thức, ngoài chuyện cơ thể bị mỏi và đau, tâm trí chúng ta cũng muốn chống đối hình thức ngồi yên đó, để trở về với thói quen suy nghĩ lăng xăng của nó, nên cơ thể dễ trở nên đau đớn rất khó chịu. Cái tâm lăng xăng kia, nó muốn cho bạn phải thối lui, không hành thiền được nữa. Thiền sư U Pandita cho rằng, quyết tâm muốn hành thiền của thiền sinh sẽ chế ngự được cái tâm nhút nhát, yếu đuối của ta trước các đau nhức.

Dù bị bệnh đau nhức kinh niên nhưng nếu người bệnh có quyết tâm hành thiền, đại sư U Pandita cho rằng, người ta sẽ có chánh niệm và định lực đủ mạnh để nhận diện được các đau nhức lâu đời kia và đối diện với nó. Sau một thời gian, các chứng đau nhức đó có thể sẽ tiêu tan.

Thiền sư U Pandita khuyên chúng ta nên "duy trì chánh niệm (tỉnh thức) để nhận diện và thấu suốt cốt lõi của cái đau, bạn sẽ thấy rõ cái đau kia chỉ là một trong nhiều cảm giác, có sinh có diệt, nó vô thường như mọi thứ khác". Với chánh niệm, bạn sẽ có cái dũng cảm của một vị anh hùng, kiên trì theo dõi diễn tiến của sự đau. Đau đớn có thể làm cho bạn kiệt quệ nhưng nếu bạn quyết tâm duy trì chánh niệm và chánh định, sẽ có một lúc cái đau bất ngờ biến mất hết - và bạn sẽ được tự do, giải thoát!

Nhiều thiền sinh thực tập với đại sư U Pandita tại tu viện của ngài (Miến Điện) đã hoàn toàn dứt bệnh nan y, và tất nhiên dứt được hết mọi đau đớn, sau mấy tháng tích cực hành thiền. (trích sách "Ngay trong kiếp sống này" của thiền sư U Pandita -do tỳ kheo Khánh Hỷ chuyển sang Việt ngữ).

Trong cuốn Tạng Thư Sống Chết do đại sư Sogyal Rinpoche viết (Bản Việt ngữ của ni trưởng Trí Hải), tác giả kể chuyện về sức chịu đau kỳ diệu của Rinpoche Gyalwang Karmapa trong những ngày ngài sắp viên tịch (năm 1981 tại một bệnh viện ở Chicago). Một môn đệ của ngài thuật lại như sau:

"Vào lúc tôi viếng thăm, ngài đã qua nhiều cuộc giải phẫu, vài phần thân thể đã bị cắt bớt, và ghép thêm, máu ngài cũng được tiếp thêm nhiều lần. Cứ mỗi ngày, các bác sĩ lại khám phá thêm một bệnh mới. để rồi hôm sau nó lại biến mất tăm, và thay bằng một bệnh khác. Dường như tất cả các chứng bệnh trên thế giới này đều tới thăm ngài, trú ngụ trong xương thịt ngài. Suốt hai tháng liền, ngài không dùng được thực phẩm cứng. Và cuối cùng các bác sĩ hết hy vọng, nghĩ ngài không thể nào sống được nữa nên họ định rút ra tất cả máy móc duy trì sự sống cho ngài. Nhưng ngài bảo: "Không, tôi sẽ sống, cứ để vậy!" Và ngài vẫn sống, làm cho các bác sĩ kinh ngạc. Ngài có vẻ hoàn toàn thoải mái trong hoàn cảnh của ngài: cười, pha trò, làm như ngài vui mừng trước mọi sự mà cơ thể ngài chịu đựng. Khi ấy tôi nghĩ "với niềm tin sáng suốt nhất, ngài đã chịu tất cả sự cắt xẻ ấy, chịu sự xuất hiện của mọi chứng bệnh trên cơ thể ngài, chịu nhịn đói...một cách hoàn toàn tự nguyện. Rõ ràng ngài đang chịu những bệnh tật để cầu nguyện cho chiến tranh, đói khát, tật bệnh của mọi người được giảm thiểu, tránh bớt thống khổ kinh hoàng cho nhân loại trong thời đại đen tối này. Đối với những người có mặt hôm ấy, cái chết của ngài là một cảm hứng khó quên. Nó chứng tỏ một cách sâu xa hiệu lực của Phật pháp, và sự kiện đạt giác ngộ vì người khác là chuyện có thực. Đó là phép tu hoán chuyển Tonglen (chịu đau khổ thay người khác) của những vị thiền sư Tây Tạng đã chứng đạo và có tâm đại bi vĩ đại."

Tonglen là phép thực tập "cho và nhận" xen kẽ nhau, đặt trọng tâm vào hơi thở: Trong hơi thở vào, thiền sư thu vào mình với tâm đại bi, một luồng khói đen, tượng trưng cho những đau khổ của người khác. Thiền sư sẽ quán tưởng luồng khói đen ấy tan trong hơi ông thở vào, đi tới cốt lõi tâm thức để phá hủy dùm ông hết các ngã chấp. Do đó tâm giác ngộ thanh tịnh của thiền sư sẽ hiện bày. Trong hơi ông thở ra, thiền sư gửi tới những người đang đau khổ các tia sáng mát dịu của tấm lòng bi mẫn, yêu thương và niềm an vui hạnh phúc mà ông đang được hưởng. Nhờ mọi ác nghiệp đã được thanh tịnh, thiền sư có thể độ cho các chúng sanh trong quán tưởng của ông để họ bớt đau đớn, khổ sở. Khi thực hành phép Tonglen, các thiền sư cao cấp cũng có thể hóa giải hết các bệnh tật nan y của mình, nếu các ngài chưa tới thời điểm chuyển kiếp.

Các phản ứng thư dãn

Sống trong thời hiện đại, với công việc nhiều áp lực trong tuần, cuối tuần cũng muốn làm việc nhà hoặc hưởng thụ quá nhiều, tâm trí chúng ta luôn luôn bận rộn, hầu như ít khi nào được thư dãn, nghỉ ngơi. Công việc làm nhiều cạnh tranh và nhịp sống rất nhanh khiến cho người trẻ tuổi không có thì giờ để nhìn ngắm mặt trời lúc bình minh, thưởng lãm cảnh hoàng hôn, không có chút rảnh rỗi để ngồi uống ly trà, thưởng hoa hay xướng họa thơ phú như các thế hệ trước.

Cơ thể chúng ta chỉ quen có những phản ứng chiến đấu hay chạy trốn (Fight or Flight Responses, viết tắt là F&F) mà không có được những phản ứng thư dãn rất cần thiết cho sức khỏe. Các phản ứng gây căng thẳng F&F như hơi thở gấp gáp, tim đập mau hoặc không đều nhịp, mạch máu căng, bắp thịt gồng cứng...cùng với sự căng thẳng thần kinh vì các chuyện rất nhỏ, sẽ làm cho cơ thể chúng ta không thể ngủ nghỉ bình thường.

Bắt nguồn từ những tập khí tranh đấu hay chạy trốn F&F để "sống còn" từ triệu năm trước của tổ tiên, cơ thể con người luôn luôn căng thẳng khiến cho cơ thể phải đáp ứng. Khi đó, chất Adrenaline từ tuyến Nang Thượng Thận (Surrenal glande) được tiết ra ào ạt khiến cho tim đập thật nhanh hoặc đập lỗi nhịp, áp suất trong máu tăng vọt lên, hơi thở gấp gáp, các bắp thịt gồng cứng, sẵn sàng ở thế chiến đấu hay trốn chạy. Bác sĩ Benson cho biết, trong khi có những phản ứng đó, tốc độ máu luân lưu trong cơ thể có thể gia tăng tới 300 hoặc 400 lần hơn bình thường. Cũng chính chất Adrenaline này làm cho có thể ta dễ nổi giận, hoặc quá lo lắng, bồn chồn, tâm thần bị căng thẳng.

Thật ra, trong hầu hết các trường hợp, chúng ta thường bị "báo động giả", cơ thể có những phản ứng không cần thiết để đối phó với các áp lực, các nguy nan không có thực mà chỉ có từ tâm thức bất ổn, nhiều lo âu của chúng ta. Vì luôn luôn có những phản ứng F &F nói trên, cơ thể con người dễ trở nên bệnh hoạn: Máu lưu thông quá nhanh tạo nên áp suất cao, các mạch máu bị dãn ra, quả tim bị mệt, gây ra những chứng bệnh nguy hiểm về tim và mạch máu, kể cả các chứng nghẽn mạch máu hay bể mạch máu, đứng tim v.v...

Các phản ứng F&F đó được gọi chung bằng một chữ STRESS, là nguyên nhân gây ra rất nhiều bệnh tim mạch và bệnh tâm thần. Đời sống chỉ có "gia vị", chỉ hứng thú khi có một chút kích thích (stress nhẹ). Nhưng nếu chúng ta bị stress nhiều và liên tục tháng này qua năm kia, tới một lúc, cơ thể mình hết chịu nổi, thì cái gọi là stress tối đa đó sẽ làm cho chúng ta rơi vào tình trạng trầm cảm (Depression), dễ dàng buồn bã, chán đời không có lý do! Để tránh những căn bệnh mất ngủ, trầm cảm, gây ra vì phải chịu quá nhiều Stress, dân Bắc Mỹ thường dùng thuốc an thần, thuốc ngủ, hay thuốc phấn khích (Antidepressant).

Khi mới qua Canada, làm việc trong dược phòng, chúng tôi rất ngạc nhiên thấy dân chúng của xứ thịnh vượng, hoà bình như Canada mà lại phải dùng nhiều thuốc an thần đến thế! Mỗi ngày tôi phải đếm hàng ngàn viên Valium (một loại thuốc an thần rất phổ thông thập niên 1970-1980) cho khách hàng. Những thanh niên thiếu nữ trẻ tuổi và đẹp đẽ, hoạt bát mà phải dùng tới hai ba loại thuốc an thần cùng một lúc? Mãi về sau, tự mình kinh nghiệm đời sống có nhiều stress, tôi mới hiểu rằng mấy người đó cần dùng thuốc để có bình tâm mà đảm đương công việc trong sở làm. Càng làm lớn, càng buôn bán to càng stress!

Bác sĩ Herbert Benson, tác giả cuốn sách "Relaxation response" rất nổi tiếng, cho rằng mỗi khi chúng ta thư dãn (relax), cơ thể ta giống như được nghỉ ngơi trong một khách sạn 5 sao, có vườn rộng, cây cảnh hoa lá xum xuê. Trong các kỳ nghỉ hè đó, cơ thể và tâm trí ta có cơ hội được hồi phục sau khi bị căng thẳng vì cuộc sống vất vả thường ngày. Sự thư dãn tạo ra những phản ứng đối nghịch với các phản ứng căng thẳng F&F: Cơ thể chúng ta hoạt động chậm hẳn lại, cần ít dưỡng khí hơn thường lệ: hơi thở chậm hơn, tim đập đều và chậm, huyết áp hạ xuống, các bắp thịt thư dãn, hết gồng cứng, não bộ tiết ra những làn sóng giúp cơ thể nghỉ ngơi, dễ ngủ. Sự thư dãn giống hệt như khi người ta tập thiền.

Bác sĩ Benson khởi đầu, khi làm luận án tiến sĩ, đã là người dùng máy móc để đo các phản ứng thư dãn trên một người bạn tập thiền. Từ đó, ông đi sâu vào các nghiên cứu quy mô, đưa tới việc viết ra những cuốn sách rất nổi tiếng, và thành lập một bệnh viện thân-tâm (Mind and Body Clinic) tại vùng Đông bắc Hoa Kỳ.

Theo những nghiên cứu của Bác sĩ Herbert Benson và nhiều bác sĩ khác, có nhiều kỹ thuật đơn giản có thể gây ra sự thư dãn cho cơ thể, đưa tới những phản ứng tốt đẹp khiến cho cơ thể được nghỉ ngơi, phục hồi sức khoẻ và có khi chữa lành được cả những bệnh nan y.

Mỗi người có thể chọn các phương cách thích hợp với mình để thư dãn, chẳng hạn như cầu nguyện, thiền quán, buông thư các bắp thịt, tập yoga, tài chi, khí công hay đan lát, thêu thùa, chăm sóc cây cỏ v.v... Trong tất cả các hoạt động, nếu muốn thư dãn, chúng ta chú tâm vào công việc nhưng luôn luôn cần có ý thức về việc mình đang làm, luôn

luôn chú ý tới hơi thở vào ra cuả mình. Chúng ta cần tránh không làm quá chăm chú, không cần làm cố cho xong...tới độ quên thở, thì các hoạt động đó sẽ gây ra phản ứng ngược lại, ta bị stress

Các khoa học gia ngày nay rất chú ý tới những phản ứng thư dãn do Thiền quán đem lại. Bác sĩ thần kinh Cytowic không tin là trí óc con người có thể ngưng mọi hoạt động, cho tới khi ông thử ngồi thiền.Ông phát biểu:

"Cái tâm nhận biết cuả tôi thật sự ngạc nhiên khi thấy rằng những đối thoại ngầm trong đầu có thể ngưng bặt, và tâm thân tôi hoàn toàn yên tĩnh. Cảm giác này, chúng ta phải tự chứng nghiệm mới hiểu được, vì không có cách nào giải nghiã được hết."

Bác sĩ Cytowic cũng thường khuyên bệnh nhân nên tập thiền quán để có được những phản ứng thư dãn, nhưng họ không nên nhắm tới chuyện đạt kết quả tốt hay đạt tới một mục tiêu nào. "Hãy chỉ tập mà thôi". Khi chăm chú vào chuyện "đạt" tới mục tiêu, người ta khó mà thư dãn được!

Sự tập luyện "không mong cầu" đó rất khó thực hiện, nhất là đối với những người nan y, mong sớm được lành bệnh. Họ chỉ muốn đo ngay được các kết quả tốt (về nhịp tim, áp huyết...) sau mỗi thời kỳ tập thư dãn. Nhưng chià khoá của sự thư dãn, chính là cái tâm không mong cầu, không tranh đua, vội vã. Lời khuyên này trái ngược với thói quen hối hả, tranh đua trong xã hội chúng ta, nơi mà sự vượt trội được đề cao ngay từ khi trẻ mới đi học mẫu giáo.

Trong lớp tập Yoga, không có sự hối thúc, tranh đua như trong các lớp thể dục aerobic. Các học viên đều được huấn luyện có thể thư dãn, luyện cho bắp thịt mền mại hơn, bằng những cử động chậm và có ý thức. Yoga cũng như tập thiền: càng ít lo lắng đạt mục tiêu, càng có kết quả tốt. Bác sĩ

Benson thường khuyên bệnh nhân của ông chỉ cần chú tâm vào sự luyện tập đều đặn các phép thư dãn, chắc chắn sẽ sự trị liệu sẽ có kết quả tốt hơn.

Bác sĩ Benson kể về một bệnh nhân của ông, đã nhờ thư dãn mà hết chứng Anxiety Attack (viết tắt là AA): Jimmy Burke là một ông thợ sửa ống nước (plumber), bị chứng AA từ mấy năm trước. Khởi đầu anh ta bị bệnh tấn công chừng ba lần mỗi năm: chóng mặt, nhức đầu, đau bắp thịt ngực, khó thở hay thở quá gấp rút - mỗi lần kéo dài chừng 5 phút. Một hôm, anh bị như vậy, nhưng các triệu chứng trên không chấm dứt sau mấy phút, mấy giờ hay mấy ngày, mà nó kéo dài luôn nhiều tháng! Jimmy không thể làm việc được, chỉ suốt ngày đi tìm thầy tìm thuốc, và cuối cùng anh ta tìm quên trong rượu, vì chỉ có khi say rượu, anh tưởng như mới dễ chịu hơn một chút!

Khi tới gặp bác sĩ Benson ở bệnh viện Thân Tâm (Mind and body clinic), triệu chứng AA của Jimmy đã kéo dài tới 2 năm rồi. Anh ta được tham gia vào một chương trình chữa trị cùng khoảng 20 bệnh nhân nan y khác, tất cả đều được học các phương pháp thư dãn, và tập tin tưởng vào mình hơn, suy nghĩ một cách tích cực hơn...

Sau vài tháng, chứng bệnh AA của Jimmy bắt đầu giảm sút, và sáu tháng sau, anh giảm bớt được mấy loại thuốc mà ông vẫn dùng. Bác sĩ Benson cho biết, chỉ sau hơn một năm, Jimmy không cần dùng tới thuốc men nữa, nhưng muốn trừ hết stress trong cơ thể anh ta, phải chữa trị mất gần mười năm mới xong.

Sau khi chữa trị nhiều bệnh nhân bằng các phép thư dãn, cải thiện dinh dưỡng, tập tành và điều phục stress, bệnh viện Thân Tâm đưa ra những kết qua nghiên cứu như sau:

- Bệnh nhân bị cao áp huyết hoặc nhức đầu kinh niên có

thể giảm nhiều hoặc không còn cần tới thuốc, sau ba năm chữa trị.

- Bệnh nhân bị đau kinh niên sẽ bớt đau, hoạt động dễ dàng hơn, bớt lo lắng, giận dữ hay trầm cảm nếu họ lui tới bệnh viện chữa trị chừng hai năm

- Số bệnh nhân mất ngủ hoàn toàn, được khỏi bệnh lên tới 75%. Phần bệnh nhân kia (25%) ngủ được nhiều hơn, uống ít thuốc hơn.

- Số bệnh nhân bị bệnh do tâm lý (Psychosomatic) giảm số lần đi khám bệnh tới 50%

- 57% các phụ nữ bớt được các khó chịu của PMS (Premenstruation Syndrome - các chứng bệnh trước khi dứt kinh): bệnh càng nặng càng thấy rõ kết quả.

- Các bệnh nhân bị Aids hay Cancers ít bị nôn mửa khi dùng thuốc, và bệnh cũng thuyên giảm...

- Các chứng bệnh tâm lý hay thần kinh như lo lắng, tự ty mặc cảm, trầm cảm...Danh sách các chứng bệnh có thể chữa trị được bằng phép thư giãn rất dài, nhất là các chứng bệnh gây ra do áp lực căng thẳng (stress) cuả đời sống.

Bác sĩ Benson cho rằng: có hai giai đoạn căn bản để tạo ra các phản ứng thư dãn trong khi tập thiền quán. Thứ nhất: đọc đi đọc lại một câu thần chú hay lời cầu nguyện. Hoặc, như các vị thiền sư từng dạy: chú tâm theo dõi hơi thở vào, ra. Thứ hai: bỏ qua những cảm nghĩ hiện ra trong đầu, để luôn luôn quay lại với câu chú nguyện. Bỏ qua một cách thụ động, chỉ nhận biết rồi để chúng đi qua, không xua đuổi cũng không để chúng lôi kéo.

Bác sĩ Benson khuyên các bệnh nhân của ông thực hành như sau:

- Tìm một câu thần chú hay cầu nguyện nào hợp với tín ngưỡng của bạn

- Ngồi tĩnh lặng trong một tư thế thoải mái
- Nhắm mắt lại
- Buông thư các bắp thịt
- Thở chậm một cách tự nhiên
- Ngừng mọi suy nghĩ, nếu khởi lên cảm nghĩ nào, chỉ nhận biết một cách thụ động rồi quay trở về, chỉ chú ý vào hơi thở (ra, vô)
- Tiếp tục như vậy từ 10 tới 20 phút
- Từ từ trở về với các hoạt động bình thường cuả tâm trí trước khi đứng dậy
- Thực tập như trên, mỗi ngày một hay hai lần.

Bạn có thể chỉ ngồi im lặng, nhắm mắt và buông thư các bắp thịt cũng được. Bạn cũng có thể đứng, mở mắt, quỳ trên gối hoặc chạy jogging v.v... Trong tất cả mọi sinh hoạt, bạn có thể tập thư dãn, giống như các thiền sư luôn luôn dạy: rửa chén, quét nhà, đi đứng nằm ngồi, lúc nào cũng thiền tập được cả. Thiền tập nghĩa là không cố gắng suy nghĩ cũng không xua đuổi các cảm nghĩ hiện ra liên tiếp trong đầu. Đối với những người có tín ngưỡng, sự cầu nguyện thành tâm có thể đem lại những kết quả tốt bất ngờ - y như lời cầu đã được các vị trên cao chứng giám và gia hộ cho.

Sau đây, chúng tôi xin sao chép bản nguyện cầu đức Quan Thế Âm để tặng những vị độc giả có lòng tin nơi mười nguyện lớn (cứu vớt chúng sinh) của vị bồ tát đại từ đại bi mà rất nhiều người dân Việt Nam tin tưởng và kính ngưỡng:

Nam mô đại từ đại bi cứu khổ cứu nạn, quảng đại linh cảm Quan Thế Âm bồ tát ma ha tát. (3 lần, 3 lạy)

Nam mô hiệu Viên thông, danh Tự tại Quan Âm Như lai quảng phát hoằng thệ nguyện (Lạy): Kính lễ đức Quan Âm, bậc hiểu biết đầy đủ, thong dong hoàn hảo, ngài đem phép tu hành mà khuyến độ khắp cùng.

Nam mô Nhứt niệm, Tâm vô quải ngại, Quan Âm Như

lai thường cư Nam Hải nguyện (Lạy): Kính lễ đức Quan âm, có tâm tự tại vô ngại, ngài nguyện thường ở biển phương Nam để cứu độ chúng sinh.

Nam mô Ta bà u minh giới Quan Âm Như lai tầm thanh cứu khổ nguyện (Lạy): Kính lễ vị Bồ Tát luôn ở cõi Ta bà và cõi vô minh, để cứu độ những kẻ kêu cầu tới ngài.

Nam mô hàng tà ma, trừ yêu quái Quan Âm Như lai năng trừ nguy hiểm nguyện (Lạy): Kính lễ Bồ Tát có đủ sức trừ tà ma yêu quái, cứu người gặp nguy hiểm.

Nam mô thanh tịnh bình thủy dương liễu Quan Âm Như lai cam lộ sái tâm nguyện (Lạy): Kính lễ ngài Bồ Tát đã dùng nhành dương liễu nhúng vào nước trong bình thanh tịnh để dập tắt ngọn lửa trong tâm chúng sinh.

Nam mô đại từ bi năng hỷ xả Quan Âm thường hành bình đẳng nguyện (Lạy):Kính lễ Bồ Tát luôn thương xót người đời và sẵn lòng tha thứ cho tất cả, không phân biệt oán thân.

Nam mô trú dạ tuần vô tổn hoại Quan Âm Như lai thệ diệt tam độ nguyện (Lạy): Kính lễ Bồ Tát luôn đi khắp đó đây để cứu giúp chúng sanh ra khỏi ba dường ác: địa ngục, ngã quỷ và súc sanh.

Nam mô nam nham cầu lễ bái, Quan Âm Như lai, già tỏa giải thoát nguyện (Lạy): Kính lễ Bồ Tát ở phương Nam giúp chúng sanh thoát được gông cùm xiềng xích .

Nam mô pháp thuyền du khổ ải, Quan Âm Như lai độc tận chúng sanh nguyện (Lạy): Kính lễ Bồ Tát du hành trên thuyền, đi khắp biển khổ để độ hết chúng sanh.

Nam mô tiền tràng phan, hậu bảo cái, Quan Âm Như lai tiếp dẫn Tây phương nguyện (Lạy): Kính lễ Bồ tát hướng dẫn cho kẻ tu hành khi rời xác thân sẽ được về Tây phương.

Nam mô đại từ đại bi cứu khổ cứu nạn Quan Thế Âm Bồ tát ma ha tát. (3 lần, 3 lạy).

Chúng tôi cũng xin sao chép sau đây bài Kinh Kính Mừng của tín đồ theo đạo Thiên chúa. Đức Mẹ Maria cũng được tín đồ tôn sùng và cầu xin nhiều như đức Quan Thế Âm bên Phật giáo:

Kính mừng mẹ Maria đầy ơn phước.
Đức Chúa Trời ở cùng bà
Bà có phước lạ hơn mọi người nữ
Và đức Giê-Su con lòng bà đầy phước lạ.
Thánh Ma-ri-a đức mẹ Chúa Trời
Xin cầu cho chúng con là kẻ có tội khi này và trong giờ lâm tử.

Một tín hữu Thiên chúa giáo cho chúng tôi bài hát Kinh Hoà Bình rất nhiều ý nghĩã, cũng giống như những bài giảng về Tứ vô lượng Tâm trong Phật giáo.

"Lạy Chuá từ nhân, xin cho con biết mến yêu và phụng sự Chúa trong mọi người
Lạy Chúa xin hãy dùng con như khí cụ bình an của Chúa
Để con đem yêu thương vào nơi oán thù, đem thứ tha vào nơi lăng nhục;
Đem an hòa vào nơi tranh chấp, đem chân lý vào chốn lỗi lầm
Để con đem tin kính vào nơi nghi nan, chiếu trông cậy vào nơi thất vọng.
Để con rọi ánh sáng vào nơi tối tăm, đem niềm vui đến chốn u sầu
Lạy chúa xin hãy dạy con: Tìm an ủi người hơn được người ủi an
Tìm hiểu biết người hơn được người hiểu biết
Tìm yêu mến nơi người hơn được người mến yêu
Vì chính khi hiến thân là khi được nhận lãnh
Chính lúc quên mình là lúc gặp lại bản thân

Vì chính khi thứ tha là khi được tha thứ
Chính lúc chết đi là khi vui sống muôn đời
Ôi thần linh thánh ái. Xin mở rộng lòng con
Xin thương ban xuống những ai lòng đầy thiện chí, ơn
an bình.

Trái tim biết đau?

Trong kỳ đo điện đồ tim vừa qua, chị Sáu được sống qua một kinh nghiệm rất bổ ích, để hiểu biết hơn một chút nữa về trái tim của mình - trái tim mà chỉ dăm năm trước đây, bác sĩ thường khen là nó có nhịp đập khỏe khoắn như tim của người mới đôi mươi!

Khi người y tá cũng là bạn chị Sáu dán các miếng dẫn điện nhỏ lên ngực chị thì bà cũng nói chuyện liên miên. Vừa mắc giây của máy đo điện đồ, bà vừa nói tới một chuyện khá thương tâm khiến cho chị Sáu bị xúc động, tưởng như con tim mình có chút thổn thức. Sau đó là cuộc thử nghiệm, chỉ kéo dài mươi phút đồng hồ. Nhưng trên điện đồ lần này, trái tim của chị Sáu đã biểu hiện ra bao nhiêu là nhịp đập bất thường, tán loạn. Những nét lên xuống trên máy không còn nhấp nhô theo nhịp bình thường mà coi ríu rít, lệch lạc, khác hẳn những đường nét đều đặn của lần thử chạy bộ trên máy tháng trước! Chị Sáu nay hiểu rằng, mỗi khi mình xúc động, vui hay buồn thì con tim mình cũng thổn thức ngay. Điện đồ tim (ECG hay EKG) của chị Sáu lần này có tới 3 trên 4 đường bị nhiễu loạn, nhưng bác sĩ chuyên khoa tỏ vẻ hiểu chuyện, đã hỏi: "điện đồ bữa nay không hoàn toàn bình thường như hai kỳ thử trước, chắc vì khi máy chạy, bà đã cựa quậy nhiều?". Bác sĩ chỉ đoán tới phản ứng của tim đối với cái thân, nhưng chị Sáu thì biết chắc mình đã nằm rất yên, chỉ có cái tâm chị động mà thôi.

Vui buồn đều đau tim?

Liên hệ giữa thân - tâm thường được hiểu là sự tương quan chặt chẽ giữa trạng thái tâm thần và sức khỏe của cơ thể con người - mà trái tim là đại biểu quan trọng nhất. Cách đây hơn mười năm, một người bạn cùng lớp kể về trường hợp vui quá mà chết bất đắc kỳ tử của bà mẹ chị. Năm đó, sau khi tốt nghiệp đại học, từ Paris chị cùng người em đã cùng bay về thăm cha mẹ ở Saigon. Bà mẹ chị ở tuổi dưới 60, vốn rất khỏe mạnh, mừng hai con thành tài nên mở tiệc lớn khao bà con cô bác. Cả họ quây quần trò truyện sau bữa ăn trong cái sân rộng. Bà mẹ chị đang cười lớn tiếng bỗng im bặt, lấy tay ôm ngực tỏ vẻ rất đau đớn. Sau khi chở vô nhà thương, bà cụ qua đời ngay vì đã bị đứng tim. Trong lúc vui quá, trái tim của cụ đã bị hư bất ngờ, đúng như lý thuyết của Đông y trong bài học Nội nhân (Nguyên nhân từ trong): vui buồn nhiều quá đều là nguyên nhân khiến cho trái tim bị hư hoại:

"Hỷ khí thương Tâm mạch tất hư
Tư thương Tỳ Vị kết trung cư
Nhân ưu thương Phế mạch thường sáp
Nộ khí thương Can mạch tất nhu
Khủng thương ư Thận mạch trầm thị
Kinh duyên thương Đởm mạch tương tri
Mạch khẩn di bi thương Bào lạc
Thất tình khí khẩu nội nhân hư"

Xin tạm dịch nghĩa bài này như sau:
Vui quá đỗi làm mạch Tim rất yếu hay mất hẳn khí lực.
Lo nghĩ khiến cho mạch Tỳ Vị bị kết, đập mấy cái lại ngừng
Buồn rầu quá làm cho mạch Phổi bị sáp (chậm và không trơn chu)

Giận hờn làm cho mạch Gan quá mềm, dễ bị tán loạn
Sợ hãi khiến cho mạch Đởm đứng yên (thận bị hoại)
Bi lụy làm cho mạch Tâm bào đập nhanh mà không đều.
Đó là bảy loại tình cảm bên trong chúng ta làm cho hư
hao lục phủ ngũ tạng trong cơ thể.

Trái tim và não bộ

Từ lâu, tây y cũng đã tìm ra rất nhiều liên hệ tương quan giữa bộ óc và trái tim của con người. Trong tuần lễ giữa tháng 11/2003, tờ báo chuyên về bệnh tim của các đại học Hoa Kỳ (Journal of America college of Cardiology) mới in bài về một cuộc nghiên cứu các ảnh hưởng của những xúc động tình cảm vào trái tim. Những người bị trầm cảm (depression) có nhiều khả năng bị bệnh tim, nhiều như những người nghiện thuốc lá. Ai cũng biết những cảm xúc mãnh liệt như nổi giận hoặc quá sợ hãi... làm cho tim co thắt lại hoặc đập liên hồi như đánh trống ngũ liên. Cụm từ "Sợ muốn chết, giận muốn chết" được cả thế giới dùng trong đủ các loại ngôn ngữ.

Não bộ của chúng ta luôn luôn có những cảm xúc, ham muốn, cũng là những nguyên nhân gây rắc rối cho các sinh hoạt vật lý của trái tim, không phải chỉ làm cho "trái tim tan vỡ, héo úa" như văn chương mô tả. Đồng thời bộ óc cũng có thể là người bạn quý nhất của trái tim, nghĩa là cơ thể giúp tim hoạt động tốt đẹp. Bác sĩ giải phẫu chuyên mổ tim Mehmet Oz tại đại học Columbia đã thử cho các bệnh nhân đang nằm trên giường giải phẫu được nghe những điều khích lệ họ trong băng nhựa, kết quả: những người đó phục hồi sức khỏe nhanh hơn những người được giải phẫu trong im lặng.

Hai người sanh đôi nếu sống trong các hoàn cảnh khác nhau, có những xúc động khác hẳn nhau, thì cũng có trái tim yếu khỏe khác nhau. Theo các nghiên cứu về bệnh tim, họ thấy rằng đa số người bị bệnh tim có chung một số đặc tính như ưa tranh đua để được thành công, thích hơn người, thiếu kiên nhẫn và luôn luôn hành xử trong sự vội vã, cấp kỳ - đó là những người thuộc nhóm A. (Nhóm B là những người bình tĩnh, chậm rãi và thoải mái). Những người hay bị căng thẳng, khó tính với người khác, quá nhiệt thành v.v... thường hay bị bệnh áp huyết cao đưa tới bệnh đau tim và nghẽn mạch máu.

Nhiều nghiên cứu cho thấy rằng khi ta bị căng thẳng (Stressful) hay bị trầm cảm nặng (depression), thì các tiểu huyết cầu (platelets, dễ dính vào thứ khác) trong thân ta bị báo động. Chúng sẵn sàng chạy tới các vết thương (nếu có) để làm cho máu đông lại, hàn gắn vết thương. Phản ứng này của cơ thể khiến cho máu lưu thông chậm lại một chút và các cục máu đóng sẵn ở trong mạch có thể làm nghẽn mạch và gây ra những biến chứng mà ai cũng sợ là Strokes hay Heart attacks.

Khi gặp một biến cố lớn, cơ thể chúng ta thay đổi rất nhiều, và trái tim chúng ta là một cơ quan nhạy cảm có lẽ vào bậc nhất so với các cơ quan nội tạng khác. Tuần báo US News số đề ngày 1 tháng 12, 2003 viết rằng: "Tại thành phố Nữu Ước, trong tháng 10/ 2001, sau vụ khủng bố 11 tháng 9, số người bị đứng tim vô bệnh viện đã tăng 35% và số người có tim loạn nhịp đã tăng gấp đôi. Nói chung, tất cả các bệnh nhân bị "đau tim" đã gia tăng 40% so với thời gian trước đó."

Tim là một cơ bắp khỏe nhất?

Trái tim nhạy cảm của chúng ta đã là hứng khởi của bao văn nhân thi sĩ. Trong bào thai, em bé biểu lộ sự sống bằng những nhịp tim đập lần đầu. Và khi tim ngừng đập là lúc con người từ giã vĩnh viễn thế giới này. Làm việc không ngừng nghỉ giây phút nào, trái tim trong lồng ngực chúng ta phải đều đặn bơm 6 gallons máu mỗi phút hay hơn 2 ngàn gallons mỗi ngày. Trái tim làm cho máu lưu thông liên tục trong gần 60 ngàn dặm (miles) qua các mạch máu để nuôi dưỡng và tẩy sạch từng tế bào của thân ta. Không có một bộ phận nào trong thân chúng ta làm việc đều đặn và cực nhọc như trái tim, nhưng ít có người quan tâm hay thưởng thức nó trừ các văn nhân thi sĩ, là những người gán cho trái tim đủ các tính chất thơ mộng và mỹ lệ trong tác phẩm của họ.

Thời xưa, người ta tin rằng lá gan là cứ địa của máu, là nơi đẩy máu cho chạy vô các mạch. Mãi tới năm 1628, bác sĩ William Harvey người Anh mới chứng minh được rằng tim mới là trung tâm bơm máu, chủ động hệ thống tuần hoàn chứ không phải gan. Năm 1816 ống nghe tim được bác sĩ René Laennec khám phá ra một cách tình cờ, khi ông cần khám tim một bệnh nhân nữ. Vì không muốn áp tai vào ngực người bệnh, ông dùng một cái giây dài nối vào ống nghe, không ngờ ông lại thấy tiếng đập của trái tim lớn hơn. Từ đó mà có cái ống nghe Stethoscope.

Sau đó là phát minh đo tim bằng điện đồ ECG (hoặc EKG) của khoa học gia người Hòa Lan Willem Einthoven. Vị này đã được giải Nobel năm 1903. Điện đồ tim cho bác sĩ biết được các chuyển động bất thường của tim, các nhịp tim không bình thường và nguy hiểm, kể cả các vụ đứng tim nhỏ mà người bệnh đã trải qua.

Từ đó tới nay, song song với các loại được phẩm mới, bao nhiêu kỹ thuật mới đã được khám phá thêm để áp dụng vào việc chữa các chứng bệnh tim mạch, vẫn là thứ bệnh giết nhiều người nhất tại các xứ tiên tiến Âu Mỹ. Nào thông tim, mổ tim, thay tim vv... Các khoa học gia và chuyên viên ngành y hiện đại đang phối hợp rất nhiều kỹ thuật của sinh học nguyên tử, khoa di tuyền học, dùng genes hoặc các tế bào gốc lấy trong tủy sống để chữa trị, hàn gắn hoặc thay thế các vùng tế bào bị hư hoại của trái tim...

Trang bìa của báo US News, số đề ngày 1 tháng 12, 2003 có tựa đề rất hấp dẫn: "Bệnh tim không còn nữa" (The end of heart disease). Các loại bệnh chính về tim gồm có: Đứng tim (heart attack) do mạch máu bị nghẹt – Van tim hư khiến cho bắp thịt tim dày cứng lên hoặc van tim bị thu hẹp lại - Khả năng bơm máu của tim bị giảm thiểu, không bơm được cho đầy đủ vào cách mạch máu trong cơ thể.

Trong thực tế, các bệnh về tim và mạch máu vẫn là những nguyên nhân "giết người thầm lặng". Dù cho y khoa có tiến bộ tới đâu, dù trái tim người nào cũng là bộ phận làm việc liên tục và khỏe nhất trong cơ thể, nó cũng là đầu mối gây ra nhiều chuyện cho cả tâm lẫn thân chúng ta. "Con tim" chỉ vui khi tâm người ta có thể sống hỷ xả, hài hòa với mọi hoàn cảnh. Và trái tim cũng chỉ khỏe được khi con người chăm sóc nó một cách tử tế, không ăn uống quá nhiều chất độc hại. Trong đoạn văn tả lời tự thuật của trái tim, nhà văn J.D. Ratcliff đã viết:

"Tôi (trái tim) chắc chắn là mình không đẹp đẽ gì cả. Cân nặng trung bình khoảng 12 oz, màu nâu đỏ, được treo giữ lồng ngực của con người bằng các sợi gân cốt chắc chắn, tôi dài khoảng 6 inches và chỗ rộng nhất đo được 4 inches, hình thù giống quả lê nhiều hơn là giống hình trái tim mà người ta thường vẽ. Dù cho các văn nhân thi sĩ tán tụng trái tim cách nào, thì tôi cũng không có gì thơ mộng như họ tưởng. Tôi là một thứ công bộc làm việc như nô lệ, ngày đêm không ngưng nghỉ để bơm mỗi ngày 4 ngàn tấn máu vô các mạch máu dài 6000 dặm trong cơ thể con người. Tôi là một thứ cơ bắp mạnh nhất trong cơ thể, làm việc cực gấp hai lần bắp chân lực sĩ chạy điền kinh hay bắp tay của lực sĩ đánh boxe! Có lẽ tôi chỉ kém bắp thịt tử cung của một phụ nữ đang sanh đẻ, khi họ vận dụng toàn lực để đẩy bê-bi cho nó ra chào đời.

"Tuy làm việc liên tục, thực sự tôi có được nghỉ giữa hai nhịp đập của tim, khoảng nửa giây đồng hồ (khi người ta thức). Khi họ ngủ, ho ặc thiền quán, thì nhịp tim đập chậm hơn, từ 72 nhịp chỉ còn khoảng 55 nhịp mỗi phút, tôi cũng được nghỉ thêm một chút...

"Tôi không ưa chủ nhân tôi tập thể thao mỗi tuần một lần thật nhiều, mà tôi mong ông hay bà ta tập nhẹ nhàng mỗi ngày một chút - như đi bộ ngày 2 miles, bơi lội hoặc tập tài chi, khí công chi đó cũng đều tốt. Tôi rất ghét thuốc lá vì nó làm các mạch máu cứng và hẹp lại, tôi phải làm việc cực hơn và nhịp tim đập nhanh hơn. Những người bị căng thẳng và ưa tranh đấu, hăng hái trong mọi chuyện cũng làm cho tôi mệt. Tôi ưa người thư thái và biết ăn uống điều độ để không bị phì mập. Khi người ta nặng thêm một "pao" (lb) là mỗi ngày tôi phải đẩy máu vô các mạch nhiều hơn khoảng 200 dặm!... "

Các chứng bệnh tim nguy hiểm

Các bệnh tim mạch là nguyên nhân giết nhiều người nhất tại Bắc Mỹ châu. Số người bị chết vì đứng tim thình lình (Heart Attack) hay bị đột quỵ (Stroke) nhiều gấp đôi tổng số người chết vì tất cả các bệnh ung thư. Những nguyên nhân thông thường gây bệnh tim mạch ai cũng đã biết, đó là huyết áp cao, mỡ trong máu cao, nghiền thuốc lá, sống với quá nhiều áp lực (stress) do việc sở quá căng thẳng, hay gia đình có vấn đề nan giải.

Khi trái tim chúng ta ngừng đập bất thình lình (đột quỵ - heart attack) vì máu tiếp tế vào tim bị ngưng lại do mạch máu bị nghẽn. Tim bị đột quỵ có các triệu chứng thông thường như sau, (tuy nhiên không phải người nào cũng giống hệt nhau):

- Đau giữa ngực, lan sang sau lưng, cánh tay và hàm.
- Khoảng 2 phần 3 số người bị heart attack thường đau ngực, khó thở và mệt mỏi vài ngày hay vài tuần trước khi bị attack. Khi chứng đau ngực xảy ra nhiều hơn dù đã bớt hoạt động, là chuyện rất cần quan tâm.
- Có một phần ba số người bị heart attack không cảm thấy đau ngực, nhiều phần đó là các cụ bà người da màu, hoặc các cụ trên 75 tuổi, đã bị các chứng bệnh tim hay đã từng bị đột quỵ trước rồi.

Các triệu chứng khác của cơn đột quỵ tim gồm có:
- Ngất xỉu
- xuất mồ hôi bất chợt
- Ói mửa, khó thở
- Tim đập mạnh và loạn nhịp, cảm thấy rất sợ hãi, lo lắng
- Môi và chân tay tím lại
- Người già có thể có những triệu chứng giống như bị stroke.

Ngay sau khi cảm thấy các triệu chứng nói trên, chúng ta nên tới ngay bệnh viện gần nhất để được cấp cứu. Mỗi năm có chừng 1 triệu 100 ngàn người Mỹ bị đứng tim (heart attack). Một nửa chết ngay trong vòng 1 giờ. Nếu họ kịp vô nhà thương để được săn sóc ngay khi mới bị (trong vòng 1 giờ đầu) thì số tử vong chỉ còn 2% con số đó mà thôi. Vấn đề là trung bình người ta chỉ đi nhà thương vài ba giờ đồng hồ sau khi thấy có triệu chứng đứng tim.

Người bị stroke là do máu lưu thông trong não bộ bị chặn lại ở một nơi nào đó vì chất mỡ làm tắc mạch; hoặc là

vì một mạch máu não bị bể (xuất huyết). Người bị stroke có
những triệu chứng sau đây:
- Bỗng nhiên không có cảm giác trên mặt, hoặc chân
  tay, hay một nửa người bị tê bại.
- Mắt mờ hẳn một bên, miệng nói không rõ tiếng và
  cũng không hiểu người khác nói gì. Triệu chứng này
  mỗi lúc mỗi nặng hơn
- Thân mất thăng bằng, đứng không vững, sau đó có
  thể bị ói mửa. nấc cụt và khó nuốt
- Bỗng nhiên nhức đầu cùng cực không lý do, và liên
  sau đó mê man, là triệu chứng não bị xuất huyết.

Người có các triệu chứng bị stroke cũng như bị heart
attack, phải vô bệnh viện kịp thời mới có hy vọng được chữa
lành. Gọi 911 để được cấp cứu là chuyện phải làm ngay.

Trái tim tan nát vì sao?

Phân khoa Hành Xử trong đại học Duke, đã cùng với khoảng
10 trung tâm nghiên cứu tại các trường khác, đang thử
nghiệm để tìm hiểu thêm về liên hệ giữa các cảm xúc đố kỵ
với các bệnh kinh niên về tim mạch. Họ cho biết: Trong thời
gian dài nhiều năm, tâm đố kỵ (hay giận hờn, ganh ghét) có
thể là một lý do quan trọng, làm cho trái tim và các mạch
máu bị tắc nghẽn.

Trong các nghiên cứu trước đây, y giới tin rằng các bệnh
nhân bị bệnh tim mạch là những con người luôn luôn vội
vã, có tính cạnh tranh mạnh, thuộc mẫu người A. Đó là loại
người còn giữ nhiều tập khí *tranh đấu để sống còn* (Flight
or Fly) của tổ tiên thời con người phải săn bắn để có thức
ăn. Họ thường sống với những thúc đẩy từ nội tâm, muốn
làm tất cả mọi chuyện hiệu quả, trong vận tốc nhanh nhất,
cho nên họ lúc nào cũng vội vàng hấp tấp. Tinh thần cạnh

tranh để thắng của loại người A rất cao. Các nghiên cứu sau này cho biết: dù nhiều bệnh nhân bị hư tim thuộc mẫu người A, nhưng trong đó, những người nhiều sân hận, ganh ghét, đố kỵ mới là loại người dễ bị đứng tim nhất. Người ta cũng nhận thấy những người có tâm đố kỵ nhiều thường dễ nghiền rượu hay ma túy, và ăn uống quá mức bình thường. Đó cũng là những con người có ít chất Serotonin trong não bộ.

Theo bác sĩ Williams, muốn biết mình có thuộc loại người có tâm sân si, đố kỵ nhiều hay ít, chúng ta có thể tự làm thử nghiệm tâm lý với 9 câu hỏi sau đây:

1. Khi đứng chờ trả tiền ở quầy express (ít hàng hoá), bạn có đếm số hàng hoá trong xe người đứng trước bạn không?

2. Khi thang máy chậm tới nơi bạn đứng chờ, bạn có nghĩ vì nó đang bị người ở tầng khác giữ lại chờ họ không?

3. Bạn có thường xuyên kiểm soát công việc dùm cho người trong gia đình (hay trong sở làm), để biết chắc họ không làm sai chăng?

4. Khi bị kẹt xe hay phải xếp hàng chờ ở nhà băng hoặc siêu thị, bạn có thấy nhịp tim và hơi thở khác thường không?

5. Khi gặp một điều không hài lòng nho nhỏ, bạn có cảm thấy khó chịu không?

6. Khi bị một người khác phê bình, bạn có lập tức phiền lòng không?

7. Khi thang máy ngừng ở lầu trên quá lâu, bạn có muốn đấm vào cửa thang không?

8. Nếu bị đối xử tệ, bạn có tìm cơ hội trả đũa người kia cho công bằng không?

9. Khi coi Ti-vi, có khi nào bạn thấy mình lầu bầu trước một bản tin nào không?

Nếu bạn trả lời "Có" nhiều hơn 4 câu hỏi trong 9 câu trên, thì bạn thuộc mẫu người có tâm đố kỵ khá cao rồi đó, xin ráng tìm cách thay đổi để cho trái tim đỡ "tan nát", theo nghĩa đen và nghĩa bóng. Nếu chúng ta hay đố kỵ, ganh ghét người khác, dần dần chúng ta sẽ phải sống cô đơn, vì không ai thích giao tiếp với ta. Cái tâm đố kỵ cũng gây phiền não, khổ đau cho chính chúng ta trước hết, vì chúng ta chỉ biết nhìn đời với con mắt màu xám bi quan, nghi ngại.

Tại đại học Y khoa San Francisco, California, người ta thử một chương trình giúp cho các bệnh nhân đỡ bệnh tim mạch bằng các phương pháp dinh dưỡng lành mạnh, trau dồi tâm thức bằng thiền tập, yoga, sinh hoạt nhóm v.v.. Họ đưa ra một số đề nghị để người bệnh thực tập, hầu có thể cải thiện liên hệ với người khác, giảm bớt sự cô đơn cũng như áp lực của việc làm - do đó có thể cải thiện được tình trạng sức khoẻ.

CHƯƠNG 6
PHÒNG BỆNH NHỜ SỐNG TỈNH THỨC

Khi chưa vướng vào một căn bệnh khó chữa, khi cơ thể chúng ta còn nguyên lành, thường ít có người ý thức về những hạnh phúc đang có mặt trong cái thân khỏe mạnh của mình. Khi thân chưa bệnh, chúng ta cũng không quan tâm chi lắm về các bộ phận trong cơ thể, ngoài việc tắm rửa, thoa son phấn, mặc quần áo đẹp. Chỉ khi một ngón chân hay khớp ngón tay đau nhức, ta mới để ý tới các phần tử bé nhỏ mà rất quan trọng đó.

Chương chót của cuốn sách này gồm những bài viết ngắn (ký tên Tiểu Huyền), đã đăng trên báo Người Việt nhiều năm trước, về cùng một chủ đề Tập thói quen Sống Tỉnh thức và Hạnh Phúc, như một cách phòng ngừa bệnh tật, nhất là các chứng tâm bệnh. Những thiền sinh đã có kinh nghiệm thực tập Chánh niệm hay Tỉnh thức (Mindfulness) đều nhận ra sự tăng tiến sức khỏe của cả thân lẫn tâm. Họ nghĩ Mindfulness cũng giống như một thứ thuốc chủng ngừa (vaccin) có thể giúp đề phòng và ngăn ngừa sự tấn công của các tâm tư phiền não tiêu cực- là những nguyên nhân khá quan trọng gây tật bệnh.

Trong chương này, chúng tôi cũng xin phép trích dẫn nguyên văn một đoạn giảng về Chánh Niệm và Trị liệu trong cuốn Hiệu lực cầu nguyện của Thiền sư Nhất Hạnh (Lá Bối xuất bản lần thứ nhất, năm 2003). Đặc biệt, Sư cô Đẳng Nghiêm - đã tốt nghiệp bác sĩ gia đình tại đại học Y khoa San Francisco (UCSF) và hành nghề thầy thuốc trước khi xuất gia, sư cô cũng cho phép chúng tôi đăng một bài pháp thoại của cô giảng tại đại học Y khoa Havard USA năm 2011, trong chuyến theo thầy Làng Mai hoằng pháp tại đó. Đây là những tài liệu rất quý giá cho người bệnh cũng như người còn khỏe, muốn hiểu để thực tập và được chữa lành theo phương pháp Y khoa thân tâm (Psychosomatic Medicine) đang được tây y dùng từ hơn nửa thế kỷ qua.

Tập sống hạnh phúc

Một ngày lái xe trên xa lộ 405 phía bắc vùng Long Beach (California), khi đưa tiễn con gái ra phi trường, tình cờ tôi đọc được hàng chữ điện trong bảng quảng cáo bên đường: "MAKE HAPPY A HABIT" - Xin tạm dịch là : "Tập thói quen sống Hạnh Phúc". Đó là bảng hiệu của một hãng bán xe hơi.

Đối với tôi, khẩu hiệu này đã nhắc nhở tôi nhớ có ý thức từng hơi thở một và được hạnh phúc suốt buổi trưa hôm đó, dù mỗi khi tiễn con ra phi trường lòng dạ vẫn có thói quen buồn bã bùi ngùi vì sắp phải xa con. Câu quảng cáo như một tiếng chuông giúp tôi sống một cách tỉnh thức với hiện tại, hưởng những giây phút sung sướng bên con trong khi chờ tới giờ cô bé lên máy bay. Giữa mẹ và con gái làm việc nơi xa thì có bao nhiêu chuyện để chia sẻ, để trao đổi, thiếu gì chuyện để vui cười chung? Nếu không có hàng chữ dễ thương đó nhắc nhở, thì thói quen lo âu, buồn bã khi chia tay chắc đã lấn chiếm thời gian đó giống như những lần tiễn đưa trước, hai mẹ con tôi thường không sung sướng "với hiện tại" được như vậy.

Chúng ta thường sống với hàng ngàn thói quen, thường để thói quen dẫn dắt mình chứ không chủ động. Tùy hoàn cảnh và căn cơ từng người, chúng ta có thói quen cười dễ dàng, vui vẻ hoặc nét mặt luôn đăm chiêu, buồn bã.. Hầu như đa số chúng ta bị những ý tưởng bi quan, tiêu cực lấn chiếm tâm thức nhiều hơn là lạc quan, yêu đời. Ngạn ngữ Tây Âu khuyên ta nên có thái độ lạc quan: đừng nhìn vào ly nước đã vơi mà than "Trời ơi, ta chỉ còn có nửa ly nước!". Thay vào đó, ta nên lấy làm sung sướng: "May quá, mình còn tới nửa ly nước!". Khi có thái độ lạc quan, các hóa chất trong cơ thể chúng ta khác hẳn với khi chúng ta quạu cọ, giận hờn. Tập sống hạnh phúc cũng là một thứ thể dục rất hữu hiệu để sống khỏe mạnh, vui tươi

Đức Đạt Lai Lạt Ma, người hiện được coi là một vị lãnh đạo tinh thần của nhân loại hiện nay, đã nói trong một cuộc hội luận cùng các tâm lý gia Hoa Kỳ: " Mục đích của đời sống là gì? - là sống vui vẻ và hạnh phúc..." (World in Harmony-Thế Giới Hòa Đồng).Ngài luôn thể hiện sự vui vẻ bằng nụ cười rất dễ mến khi gặp gỡ người khác, nụ cười hồn nhiên như em bé lên ba, dù cuộc đời của ngài đã phải chứng kiến và trải qua nhiều nguy nan, đau khổ. Trong cuốn Sống Hạnh Phúc Chết Bình an (The Joy of living and dying in peace), ngài viết: "Ngay cả thượng đế hay các bậc thần thánh cũng giống chúng ta trong sự tìm cầu hạnh phúc, tránh né khổ đau..."

Chúng ta có thể tự nhìn lại coi trong ngày hôm qua, hay từ sáng tới giờ, chúng ta có được bao nhiêu giây phút vui vẻ sung sướng? Đa số chúng ta thường có đầy đủ những yếu tố cần thiết của hạnh phúc - như có việc làm vững chắc, lương đủ tiêu sài, cơ thể không đau yếu bệnh tật, gia đạo không có vấn đề gì hệ trọng.....nhưng, bạn thử nhìn kỹ lại mà xem, chúng ta có thói quen sống vui vẻ thoải mái hay chỉ có thói quen dễ phiền hà, than thở mỗi khi không được hài lòng vì một chuyện rất nhỏ? Nếu có dịp, bạn thử quan sát người đồng hành trên xe bus, trên xe lửa, hay người làm việc cùng sở mà coi. Trong số bao nhiêu khuôn mặt đó, có được một người có vẻ mặt tươi tỉnh thư dãn? Tôi không tin là đa số quý vị đó có chuyện gì đau khổ, nhưng chỉ vì không có thói quen sống tỉnh thức, vui vẻ; nên họ bị thói quen lo âu thể hiện ra trong nét mặt đó mà thôi.

Trong cuốn "Love, Medicin and Miracle" (Tình thương, y học và phép lạ), bác sĩ Bernie Spiegel kể chuyện một ông tài xế xe buýt tại Denver (Colorado). Mỗi sáng thứ hai, ông tài John nhìn vào gương chiếu hậu, thường chỉ thấy toàn những khuôn mặt đau khổ, mệt mỏi và chán chường của đám khách quen đi làm sớm. Là một người vui tính và tốt bụng, John bèn bỏ tiền túi ra mua bánh ngọt (donut) và cà-phê tặng cho khách, để giúp họ có một niềm vui nhỏ lúc bắt đầu tuần lễ. Từ đó, mỗi sớm thứ hai, John đón được một đám khách tươi cười sung sướng ngay khi bước lên xe. Tương tự như vậy, anh Hoa trong sở tôi thường dọn bánh và nước ra bàn mời các bạn trong giờ nghỉ dù đó không phải là bổn phận của anh. Anh làm vậy vì anh sung sướng khi thấy mọi người vui vẻ. Sự hào phóng dễ thương của anh vô tình đã giúp chúng tôi thêm phương tiện tập thói quen vui vẻ với nhau hơn.

Bác sĩ Spiegel cũng cho biết: Một khi chúng ta không chăm sóc tâm trí mình, không để ý nhận biết để bỏ bớt những lo lắng buồn phiền, thì cơ thể chúng ta sẽ làm việc đó: nó sẽ tìm cách báo động cho ta bằng những dấu hiệu rất rõ ràng như bao tử ứa ra nhiều chất chua hơn làm cho ta bị đau bụng khó tiêu, thần kinh căng cứng lên làm cho đầu nhức nhối vv...

Bệnh hoạn do vi trùng hay thời tiết chỉ chiếm một phần nhỏ. Đa số bệnh tật là do tâm tư chúng ta thiếu thoải mái, không cân bằng: Tây y ngày nay cũng đang đi tới kết luận giống như Đông y vậy.

Theo tiến sĩ về Tâm linh Joseph Murphy, cuộc đời chúng ta tùy thuộc tất cả vào tâm thức của chính mình: Nếu tâm trí ta bi quan yếm thế, chỉ nghĩ tới những khía cạnh đen tối của sự việc, thì cuộc đời ta gặp nhiều chuyện đau khổ là dĩ nhiên! Muốn sống vui vẻ, hạnh phúc, chúng ta cần phải bắt đầu từ ngay trong ý nghĩ của mình. Trong cuốn "Sức mạnh của tiềm thức" (The power of your subconscious mind), tác giả J. Murphy viết:

" *Hạnh phúc chân thật và bền vững sẽ tới với bạn ngay khi nào bạn nhận thức được rằng chính bạn có thể vượt qua được những khuyết điểm của mình. Đó là ngày bạn hiểu được rằng tiềm thức của mình có thể giúp mình giải quyết mọi vấn đề, tự chữa lành bệnh, và giúp mình thực hiện được mọi ước mơ*". Muốn cho tiềm thức làm được những việc kể trên, tác giả Murphy cho rằng chúng ta phải bắt đầu từ ý nghĩ của mình. Nghĩ và Tin rằng mình sẽ khỏe mạnh, sẽ vượt qua khó khăn, là ta gieo vào tiềm thức những mệnh lệnh, những tín hiệu lạc quan. Và phần thâm sâu mạnh mẽ của tâm trí - tức Tiềm Thức - sẽ tìm cách thực hiện những tín hiệu này. Sức mạnh của tiềm thức thì vô song, nhưng nó chỉ biểu hiện ra tùy theo những thói quen ta đã tập cho nó từ bao năm nay: nếu xưa rày, ta chỉ nuôi dưỡng tiềm thức bằng những ý tưởng bi quan yếm thế, thì nay ta phải tập lại khá gay go để có thói quen sống hạnh phúc. Người trẻ tất nhiên tập dễ và mau có kết quả hơn người già. Nhưng xin quý vị đừng nản lòng.

Chỉ cần quyết tâm muốn sống sung sướng, muốn được hạnh phúc tự tâm mình, là chúng ta có thể tập được ngay, từng việc nhỏ một. Chẳng hạn như ta tập vui vẻ khi nhìn thấy một đóa hoa tươi, khi ngắm một cành cây xum xuê lá, khi nhìn bãi cỏ xanh trong vườn hay khi thấy nụ cười của các em bé. Chỉ nhìn và sung sướng trước cái đẹp, chứ không nhìn mà khởi lên các liên tưởng quá khứ rồi so sánh, suy tưởng, quên cả đối tượng ta đang có trước mắt. Khi có ý thức về những cảnh vật tươi đẹp chung quanh, là ta đang tạo hạnh phúc cho chính mình.

"*Sống Hạnh Phúc*" là ba tiếng người ta nói tới rất nhiều, nghe đến nhàm tai. Nhất là các cặp tân hôn, cô dâu chú rể nào cũng được chúc hàng trăm, hàng ngàn câu " Sống Hạnh Phúc". Nhưng "Thói quen sống hạnh phúc" lại là một thói quen khó tập hơn các thói quen khác nhiều. Bắt đầu, chúng ta phải quyết tâm "hạ thủ công phu". Sau đó đi tìm học những phương pháp thực tiễn của các vị thầy lớn như Bụt Thích Ca hay chúa Giê-Su. Thực ra, khi có ý muốn tập thì trong cuộc đời thường nhật, ngay nơi cộng đồng ta đang sinh hoạt cũng không thiếu gì những vị "thầy nhỏ" đã kinh nghiệm về chuyện tập tành này.

Chị Lan cùng sở tôi, năm nay trên sáu mươi tuổi nhưng lúc nào cũng nói bông đùa vui vẻ như các cô gái trẻ. Mọi người đều quý mến và hỏi thăm chị làm sao để có được tinh thần và nét mặt tươi trẻ như vậy. Chị thường nói như rỡn: "Mỗi ngày tôi chỉ tập sống vui thêm một phút. Một năm sau là tôi được hạnh phúc 365 phút hay 6 giờ mỗi ngày, vậy thôi!". Một ngày đẹp trời, chị Lan có hứng kể chuyện đời mình. Lúc đó, chúng tôi mới hay chồng chị đã bị cướp giết chết trên chiếc thuyền vượt biển cùng mấy thanh niên khác! Giọng chị trùng xuống: "Lúc đầu, tôi đau khổ cùng cực, chỉ nghĩ tới chuyện tự vẫn chết theo". Nhưng rất may, một bữa chị nhận ra rằng nếu mình muốn không điên thì phải có những phút sống vui vẻ, không thể cứ rầu rĩ hoài hoài. Cộng với ý muốn sống còn để nuôi con, chị đã chuyên tâm tập để có thói quen vui vẻ với từng bữa cơm hẩm trong trại của thuyền nhân, với từng nụ cười thơ ngây của con nhỏ, với mặt trời khi nắng sớm, lúc hoàng hôn vv....Khi thấy hiệu quả của việc tập luyện, mỗi ngày thêm ít phút bớt khổ, mỗi tháng thêm ít phút vui vẻ, chị có niềm tin vào chính mình. Và dần dà, hai năm sau, khi rời trại tỵ nạn sang Mỹ, chị đã thay đổi được luôn cả bản tính hay âu sầu để trở nên người lạc quan, vui tính với mọi chuyện. Nếu chị không tự kể, chúng tôi không thể nào tin được chị đã gặp điều bất hạnh lớn lao như vậy cách đây mới mười năm. Con người lạc quan, sung sướng từ đó, trở thành ra một "tiểu sư phụ" của các bà đau khổ vì những hệ lụy tầm thường trong gia đình.

Chị Lan thường khuyên các cô trẻ hơn chị: " Em hãy cứ tự chăm sóc lấy chính mình trước. Hãy tự cứu mình, đừng để những giận hờn bực dọc nó điều khiển mình ngày đêm, trở thành thói quen quạu cọ, phiền muộn thì mệt lắm. Chuyện gây gổ nên tránh bằng cách bớt lời. Ông xã có khó chịu cũng cứ để đó đã, chỉ ráng TCY (take care yourself). Khi chưa cứu được mình, hay nhất là ta tránh bớt những đụng chạm mà chỉ chuyên tâm tập làm sao cho có được vài phút vui vẻ mỗi ngày. Mỗi ngày lại thêm một vài phút."- Chị cho biết chị thường vui vẻ vì tập theo một câu ngạn ngữ của Trung Hoa : "Nhật nhật thị hảo nhật" (Ngày nào cũng là ngày tốt), Chị đề nghị chúng tôi nên chào nhau như vậy để bắt đầu mỗi ngày bằng tâm ý lạc quan. Chị nói: "Với cái nhìn lạc quan, mọi sự việc sẽ trở nên dễ dàng, xuông xẻ hơn. Các cô cứ tập đi, sẽ biết!"

(Tiểu Huyền 1996)

Cười suốt năm

Nếu bữa nay là ngày Tết Nguyên Đán, chúng tôi sẽ xin chúc quý vị lúc nào cũng vui như tết và suốt trong năm, ngày nào cũng tươi cười được như ngày đầu năm. Dù hôm nay chỉ là một ngày thường, chúng tôi cũng vẫn muốn chúc mọi người luôn nhớ cười cho đời vui tươi. Dù sống trong hoàn cảnh nào, chúng ta cũng có một điều trội hơn các loài cầm thú ở chỗ biết cười ít nhất là... 36 kiểu.

Cười là khả năng ông Trời đã phú cho loài người chúng ta, để ai cũng có thể sống hạnh phúc, nếu người đó có ý định sống vui vẻ với chính mình và người thân ở chung quanh. Riêng tôi, vào mỗi ngày đầu năm âm lịch (mùng một Tết), tôi đều có ước mong làm sao mỗi ngày tập cười thêm được một lần. Nếu tập tành chăm chỉ, nếu kiên trì thực hiện được "dự án" này, thì tới cuối năm, tôi sẽ cười được mỗi ngày thêm tới 365 lần lận!

Trong cuốn sách viết về cái cười (Laughing matters), tác giả Mariana Funes cho biết khi còn là em bé, chúng ta thường cười tới 400 lần mỗi ngày trong khi người lớn trung bình chỉ cười độ chừng 15 lần mà thôi! Chúng ta để lạc mất 385 nụ cười đâu đó mất rồi. Con số 15 lần cười này, có thể nói là khá lạc quan so với thực tế. Nhiều người cả ngày chỉ nhếch mép vài lần chứ không cười lớn tiếng bao giờ.

Em bé ngay từ tuần lễ đầu tiên có khi đã biết nhếch mép cười một mình, nhất là trong giấc ngủ. Theo các cụ thường nói, thì em bé đang được "bà mụ dạy cười". Trong ngoài hai tháng, bê-bi nào cũng đã biết nhoẻn miệng cười đáp lại bất cứ ai hỏi han tới bé. Đó là những phản ứng căn bản nhất của bê-bi đối với thế giới chung quanh. Khi được một hai tuổi, em bé thường toét miệng ra cười thật dễ dàng, dù trước đó một phút em mới la khóc vì cảm thấy khó chịu hay vì muốn vòi vĩnh mẹ. Càng già dặn hơn, các em càng ít cười hơn. Quan sát các em nhỏ từ 3 - 4 tuổi sấp lên, chúng ta thấy các em nhiều khi đã biết khóc vì vòi ăn, đòi chơi mà không được người lớn đáp ứng ngay. Nụ cười của trẻ càng ngày càng bớt hồn nhiên và tới tuổi vị thành niên, đối với cha mẹ, có lẽ các em có nét mặt quạu cọ hơn là tươi cười. Và cuối cùng, khi đã trở thành người lớn thì nụ cười lại càng khan hiếm!

Thiền phái "HaHaYana"

Chúng tôi là ba người bạn thân, từ cuối thập niên 1980, thường gặp nhau ít nhất mỗi lần một tuần trên điện thoại viễn liên, Mỗi khi nghe tiếng "hello" của nhau là chúng tôi cười liền cho đúng thủ tục của "phái HaHayana". Cười ha ha hay cười hi hi, là tùy theo thời tiết và sức khỏe, nhưng chúng tôi hẹn với nhau, khi nghe tiếng "Hi" đầu tiên trong điện thoại là phải ha ha, hi hi ngay để người kia đáp lễ bằng một chuỗi cười trước khi nói chuyện gì khác... Tiếng cười, nụ cười rất hay lây, quí bạn cứ cười thử mà coi, hầu như không ai lại không đáp ứng tiếng cười của mình. Người đang khó chịu đến đâu cũng cố nhếch mép lên đáp lễ !

Ba chị em chúng tôi là bạn thân nhau từ thuở còn thơ, chúng tôi nhất định thực tập để cười vui nhiều hơn. Cách đây gần 30 năm, chúng tôi đã quyết định cùng nhau thực tập pháp môn Thiền cười này trong một buổi tối sinh hoạt với nhau tại Làng Cây Phong. Đó là một đêm trăng sáng, chỉ có ba chị em chúng tôi ngồi trong Thiền đường Nến Ngọc ngắm trăng thu. Trời trong vắt và núi rừng tắm mình trong ánh trăng huyền ảo. Hầu như đó là lần đầu tiên chúng tôi được sống bên nhau trong cảnh thiên nhiên bát ngát của Làng Cây Phong (thuộc xã Bolton, tỉnh bang Québec,Canada). Sau khi các bạn khác ra về hết, buổi chiều đó ba chị em chúng tôi bàn nhau sẽ đi chơi thưởng trăng sau bữa ăn tối. Trời không lạnh lắm, và chúng tôi đã dự bị đủ áo ấm, mũ len rồi. Nhưng khi nhìn ra ngoài, dù là dưới ánh trăng, rừng núi bát ngát và tĩnh mịch của thiên nhiên vẫn khiến chúng tôi cảm thấy sợ hãi! Chúng tôi đã nhiễm tập khí sống với ánh đèn đô thị, nên ai cũng tìm đủ lý do để bác bỏ cái ý ra ngoài đi bộ dưới trăng như đã định! Nào sợ thú dữ, sợ vấp té, sợ người bất lương... ba chị em lỡ gặp rủi ro thì làm sao vv....

Cuối cùng chúng tôi cùng vui vẻ quyết định ngồi trên thiền đường, ngắm trăng qua cửa sổ vậy! Những phút sau đó, chúng tôi tha hồ mà diễu nhau và cười thật thỏa thích về sự nhát gan của cả ba chị em. Cũng do tràng cười đó mà chúng tôi có thể cất tiếng cười lên thật dễ dàng suốt buổi tối, dù chỉ là những câu chuyện tâm sự nhẹ nhàng. Tiếng cười vang vang đêm đó chắc vẫn còn ở lại với núi rừng Làng Cây Phong, và nó cũng còn mãi trong ký ức chúng tôi! Chúng tôi hẹn cứ gặp nhau là nhớ chào mở đầu bằng những tiếng Ha ha, hi hi, thực tập phép thiền cười "HahaYana" của ba chị em. Nếu đọc cái tên HahaYana này các bạn thấy quen quen, nhớ tới tên hai đại phái: MahaYana (Phật giáo Đại Thừa hay PG Bắc truyền) và HynaYana (Phật Giáo Nguyên thủy hay PG Nam truyền) - thì cũng xin cười hỷ xả cho chúng tôi!

Tập để cười hoan hỷ

Đức Đạt Lai Lạt Ma thứ 14 (1935-) là một con người đã trải qua bao gian nan ngay từ thời ngài mới 15 tuổi, bắt đầu lên ngôi lãnh đạo tôn giáo và chính trị xứ tuyết Tây Tạng. Ngài đã phải chứng kiến mà không phản ứng được, biết bao cảnh lầm than đau khổ của dân tộc ngài, dưới ách đô hộ khắc nghiệt của Trung Quốc từ thập niên 1950. Lưu vong qua Ấn Độ từ năm 1959 và bôn ba khắp thế giới để tranh đấu cho nhân quyền của dân Tây Tạng, Đạt Lai Lạt Ma được mọi người trọng vọng vì sự trí huệ và sự thánh thiện, từ bi của người tu chứng. Nhưng có thể nói chính sự Khiêm cung hiếm có và nụ cười hồn nhiên như trẻ lên ba của Đạt Lai Lạt Ma là những yếu tố quan trọng khiến cho cả thế giới đều yêu kính ngài. Chính ngài cũng từng viết rằng: "Nếu tôi không cười dễ dàng thì chắc tôi không có nhiều bằng hữu như ngày nay"

Nụ cười là khoảng cách ngắn nhất giữa hai tâm hồn. Victor Frankl đã quả quyết: "Người nào có khả năng cười được trong mọi hoàn cảnh là người đó biết được kỹ thuật căn bản của nghệ thuật sống." Nhạc sĩ Trịnh Công Sơn viết trong một bài hát: "Mỗi ngày tôi chọn một niềm vui - Chọn những bông hoa và những nụ cười…"

Trong bài giảng về "Tùy Hỷ công đức", Hòa Thượng Thanh Từ (tu viện Trúc Lâm Đàlạt) dạy chúng ta thực tập biết vui theo cái vui của người khác. Vui được là cười được được dễ dàng. Bình thường chúng ta chỉ vui với những thành quả liên quan tới mình hay gia tộc mình, cộng đồng mình mà thôi. Nhưng Hòa Thượng đã giảng về ý nghĩa đặc biệt của cụm từ "Tùy Hỷ Công Đức", đại ý như sau:

"Nếu chúng ta thấy người khác vui vì họ có một sự thành đạt hay tiến bộ nào, thì chúng ta nên chia sẻ niềm vui đó, thành thật hoan hỷ theo cái vui của họ (Tùy hỷ) chứ đừng để những cái tâm ganh tỵ, thèm muốn, đố kỵ…chúng nắm đầu ta. Như vậy là chúng ta tự tạo được "Tùy hỷ công đức", nghĩa là vui theo cái vui của người khác, thì ta sẽ được phước báu. Chúng ta sẽ được hưởng phước báu từ cái Tâm vô phân biệt (người không khác với ta), cái tâm rộng rãi, không bợn chút tật đố, ganh tỵ của người tầm thường. Chúng ta có thể vui với cái vui của người, y như mình hoặc gia đình mình cũng đã thành đạt, tiến bộ vậy…"

Hòa Thượng Nhất Hạnh sáng tác nhiều thi kệ cho các môn sinh thực tập Chánh niệm trong đời sống hàng ngày. Bài kệ dùng cho buổi sớm mai, khi thức giấc được rất nhiều người ưa thích:

"Thức dậy mỉm miệng cười
Hăm bốn giờ tinh khôi
Xin nguyện sống trọn vẹn
Mắt thương nhìn cuộc đời"

Thượng tọa Tịnh Từ (tu viện Kim Sơn) cũng đã dạy cho nhiều đệ tử một bài hát để thực tập Cười vui :

"Thức dậy, thở và cười
Mỗi giây thở và cười
Mỗi phút thở và cười
Ta có chuỗi cười vui

Buổi sáng thở và cười
Buổi trưa thở và cười
Buổi tối thở và cười
Ta có một ngày vui...

Ta sẽ thấy nhiệm màu ngay giữa cuộc đời này
Ta sẽ có Hòa bình ngay trong trái tim ta"

Phật tử dân Làng Cây Phong (Canada) thường hay thêm lời cho bài hát này, chẳng hạn như:

"Rửa chén, thở và cười
Lặt rau, thở và cười
Đổ rác, thở và cười
Ta có suốt ngày vui

Vợ mắng thở và cười
Chồng la thở và cười
Xếp quạu thở và cười
Ta chẳng thấy buồn đau..."

"Tùy hỷ công đức", quý vị độc giả có thể sáng tác thêm nhiều đoạn nữa tùy sức, để có thể cười thêm cho zui!

(Tiểu Huyền, 1999)

Cái tai của con chó

Buổi sớm cuối tuần đó, anh xã tôi hí hửng khoe:

- "Này em! Người ta vừa mới thí nghiệm ở thư viện công cộng, thấy rằng trẻ em sẽ tập đọc tiến bộ rất mau khi có một con chó ngồi nghe chúng."

Cuộc thử nghiệm này là sáng kiến của cô Sandy Martin thuộc hội Intermountain Therapy Animals, thực hiện tại thư viện của thị xã Salt Lake trong năm 1999 mới đây. Con chó được đeo vào cổ cái bảng "Reading Education Assistance Dog" – vì đó là cuộc thử nghiệm để chữa bệnh đọc chữ khó khăn của một số trẻ. Thư viện Salt Lake cũng đang khuyến khích các trường trong vùng thí nghiệm phương pháp này.

Ngoài chuyện chó biết vểnh tai lắng nghe, hoàn toàn im lặng, không lên tiếng phê bình, sửa chữa hay chê bai như con người, chó còn biết ngước đôi mắt đầy ngưỡng mộ lên nhìn đứa trẻ nên các em tha hồ tập đọc, sai đúng cũng cũng không bị la, vẫn "feel good". Hơn thế nữa, chó còn biết nghếch cái mõm lên, tỏ ra nó để hết tâm ý vào em nhỏ, đăm đăm ngước lên nhìn em với ánh mắt long lanh thán phục khiến cho trẻ thấy mình quan trọng, có hứng khởi đọc tiếp....Trong khi đó, trong đầu chó, chắc hẳn nó mong tới lúc bé đọc xong bài để nó được lãnh thưởng.

Ngoài sự trung thành và khả năng làm hướng dẫn viên rất có hiệu quả cho người bị mù hay điếc, loài chó xưa nay nổi tiếng là hơn hẳn con người về thính giác. Mỗi khi sắp có thiên tai như lũ lụt, gió lốc, bão tuyết hay động đất....chó thường tru lên và tìm chỗ trốn trước khi con người nhận biết cơn nguy hiểm. Cơ sở Walt Disney một thời đã sản xuất ra hàng loạt phim về những con chó khôn ngoan đặc biệt, được khán giả rất ưa chuộng.

Linh khuyển

Trong những bức tranh vẽ theo truyền thuyết về các vị thần tăng của Phật Giáo Trung Hoa, có một con chó hay được vẽ nằm ngoan ngoãn cạnh chân Bồ tát Địa Tạng, tên là linh khuyển Thiện Thính, cũng như tranh Bồ Tát Đại Hạnh thường có con voi, Bồ tát Đại Trí thì có con sư tử phục dưới đất. Chuyện kể chú chó Thiện Thính là con vật trung thành mà Tỳ kheo Địa Tạng mang từ xứ ngài qua Cửu Hoa Sơn (tỉnh An Huy-Trung Quốc).

Nguyên là thái tử Kim Kiều Giác của xứ Triều Tiên (Đại hàn ngày nay), bỏ ngôi báu xuất gia năm 22 tuổi rồi xuất ngoại tìm thầy học đạo, vị tỳ kheo có pháp danh Địa Tạng đó đã tu khổ hạnh và hành đạo cứu khổ tại vùng Cửu Hoa Sơn suốt 75 năm. Sau khi đắc đạo, tỳ kheo hóa độ được cho rất nhiều Phật tử và nhiều lần thi triển thần thông khiến dân chúng tin rằng ngài chính là hóa thân của Bồ Tát Địa Tạng trong kinh điển. Chú linh khuyển Thiện Thính của ngài được vẽ với hai cái tai rất đặc biệt: một tai vểnh lên (để nghe được lời chư Phật) và một tai cụp xuống (để nghe thấu lời kêu than của chúng sinh trong địa ngục).

Không cần phải là linh khuyển Thiện Thính, con chó nào cũng có cái tai thính hơn loài người. Trong khi tai người chỉ nghe được những âm ba có tần số đo từ 20 tới 20 ngàn thì chó nghe được từ 15 tới 50 ngàn. Một loài cá heo (porpoise) có thể nghe được những âm ba từ 150 tới 150 ngàn.

Hạnh lắng nghe

Loài người có trí óc hoạt động rất bén nhạy nên khi nghe thấy một âm thanh nào đó, là tâm ta bắt đầu khởi lên rất nhiều ý nghĩ hay cảm xúc. Con người của ta ngoài căn cơ sẵn có, còn mang sẵn trong tâm thức chằng chịt không biết bao nhiêu là kinh nghiệm, kiến thức do môi trường sống tạo ra. Vậy nên hầu như không bao giờ ta có thể Lắng Nghe thuần túy , không phản ứng, không so sánh, phán xét để chê hay khen....Cuộc đời chúng ta nhiều phen rối ren, phức tạp chỉ vì chúng ta "nghe gà hóa cuốc" hoặc "nghe hơi nồi chõ" , chưa thủng câu chuyện đã đi tường thuật, bàn ra tán vào rồi.

Khi nghe một diễn giả nói chuyện, các thính giả thường nghe và nhận vào tai những tình tiết nào thích hợp nhất với tâm trạng và kiến thức sẵn có. Khi thuật lại cùng một câu chuyện, người ta có thể diễn tả thành hàng trăm "phó bản" đôi khi rất khác nhau, vì cái tai của mỗi người thường "lọc" bỏ những chi tiết nào không thích nghe, chỉ giữ lại những gì thuận tai mình. Các vị vua chúa thời xưa cũng như những người nhiều quyền bính hay giàu sang ngày nay thường không bao giờ muốn nghe những lời "trung ngôn nghịch nhĩ" – những lời can gián hay phê bình thẳng thắn nhưng khó nghe. Đó là vì những người chung quanh họ, đa số chỉ muốn nói những gì dễ thương, chỉ khen ngợi họ để được hưởng lợi.

Theo đạo sư Krisnamurti (1895-1986), triết gia danh tiếng của thế kỷ 20, "Để thật sự Lắng Nghe., người ta phải buông xả hay bỏ được sang một bên những tiên kiến, công thức và những sinh hoạt thường ngày. Khi đặc biệt chú ý tới chuyện gì, ta có thể lắng nghe và dễ dàng hiểu được nó. Nhưng rủi thay hầu hết chúng ta lắng nghe qua bức bình phong đề kháng. Chúng ta che chắn với các tiên kiến mang tính cách tôn giáo, tâm linh, tâm lý, khoa học hoặc với những âu lo, dục vọng, và sợ hãi hàng ngày. Với những thứ đó làm thành bức bình phong, chúng ta lắng nghe. Vì vậy, thật ra chúng ta chỉ lắng nghe tiếng động trong tâm mình, âm thanh của mình chứ không nghe được điều đang được phát biểu.... Chúng ta chỉ diễn dịch hoặc lý giải những điều ta nghe theo quan điểm riêng của mình....." (Sách Krisnamurti tinh yếu, Nguyễn Ước dịch , Nguồn Sống xuất bản)

Cũng như Bụt Thích ca, các vị thầy tâm linh cho là khi biết lắng nghe và nhìn sâu, chúng ta sẽ có hiểu biết về tự tánh mọi sự vật, và mọi vấn đề đều được giải quyết. Biết lắng nghe và quan sát tức là nhận biết được Cái Đang Là – Bây giờ và Ở Đây – tức là biết Sống tỉnh thức với Hiện Tại.

Khi tập được hạnh lắng nghe người khác, chúng ta thiết lập được sự thông cảm, và có khi chỉ cần lắng nghe thôi là đã giúp được họ vơi bớt sầu đau. Biết vậy nhưng nhiều người trong chúng ta không có được cái khả năng lắng nghe trời cho đó như loài chó. Vừa nghe được người kia nói nửa vời là chúng ta thường vội vã góp ý kiến liền, không để ý tới nhu cầu cần tỏ bày của người kia. Mà đa số chúng ta khi lên tiếng đáp ứng, chỉ là vì muốn trình bày những kiến thức sẵn có của mình. Đôi khi ta chỉ nói ra những thiên kiến, những quan niệm sẵn có trong đầu, chẳng ăn nhập gì tới đề tài câu chuyện người kia vừa kể! Mà ngay cả khi đồng ý hay tranh cãi hay lý luận với người kia về câu chuyện của họ, thì những trao đổi đó cũng thường là vô bổ, không giúp gì cho sự cảm thông giữa đôi bên.

Người ta kể lể, than van hay nói chuyện với chúng ta, nhiều trường hợp chỉ vì họ có những khúc mắc, đau khổ. Quí vị đó muốn bày tỏ nỗi lòng theo cái nhìn chủ quan mà chính họ đang bị ràng buộc chắc như đinh đóng vào cột vào đó. Thực sự là họ chỉ cần có người lắng nghe mà thôi. Họ không màng tới hay không thể nghe thêm ý kiến của ai khác. Nhiều khi, nếu tâm sự xong mà còn phải nhận thêm những ý kiến của người nghe, họ lại trở nên bối rối, đau khổ hơn nữa. Họ thật sự chỉ mong nói ra được cho bớt lo âu phiền não, chỉ cần được một đôi tai nào đó lắng nghe là đủ.....rồi tự họ sẽ biết cách thu xếp sau khi lấy lại được bình tĩnh.

Bồ tát lắng nghe

Lắng nghe là công việc kiếm cơm của các tâm lý gia, các bác sĩ tâm thần. Bệnh nhân tại Bắc Mỹ phải trả hàng trăm đô la mỗi giờ, chỉ để nằm dài trên ghế trong phòng chữa bệnh và nói ra cho thầy thuốc nghe những uẩn khúc của mình. Nhiều khi thầy thuốc không cần nói thêm câu nào, chỉ cần nghe chăm chú và trước khi từ biệt bệnh nhân, ông ta sĩ chỉ hỏi người bệnh ngày giờ thuận tiện để ghi sổ cho kỳ hẹn sau!

Lắng nghe cũng chính là hạnh nguyện lớn của Bồ Tát Quán Thế Âm, biểu tượng của Trí Tuệ Bát Nhã và lòng Từ Bi vô lượng. Ngài là một vị Bụt đã giải thoát nhưng thị hiện ra trong 32 hình tướng khác nhau để độ cho chúng sinh thoát khổ. Ngài cũng dùng tới 20 phương cách thuyết pháp khác biệt để dạy đạo lý cho người đời. Dân Á Châu biểu hiện ngài thành ra những bức tượng Chuẩn Đề, có cả ngàn mắt, ngàn tay. Trong dân gian Việt nam, người ta kể chuyện về đức Quan Âm Thị Kính, Quan Âm Nam Hải, Quan Âm Hương tích vv.....và những bà mẹ Việt nam mẫu mực cũng thường được ví là những Bồ tát Quan Âm hóa thân.

Bồ Tát Quán Thế Âm là biểu tượng của sự Biết Lắng Nghe. Không những ngài nghe thấy hết những tiếng kêu thương của chúng sinh, mà ngài còn tiếp nhận được cả những nỗi niềm khổ đau quá lớn lao, không thể thoát ra thành lời của mọi loài. Ngài là vị Bồ tát mong dùng thần thông để cứu vớt được hết muôn loài. Ngài dùng các phương tiện thiện xảo, hóa hiện ra thành những nhân vật kề cận với kẻ khổ đau để tìm cách hóa độ họ, giúp họ tìm ra con đường thoát khổ, tháo gỡ được những phiền não vì sinh, già, bệnh, chết. Ngài có thể là một bà mẹ hiền, một người con có hiếu. Ngài là một tu sĩ ra vào chốn lao tù an ủi những kẻ mất tự do vì ác nghiệp đã tạo. Ngài cũng có thể là một tù nhân chờ lên ghế điện nhưng chợt tỉnh ra để sống giúp ích các bạn tù trong những ngày cuối đời. Ngài cũng có thể là một con người nghèo nàn để gần gũi với ma cô, đĩ điếm. Ngài cũng có thể thị hiện thành một chàng cướp biển hồi tâm, đi khuyên can các bạn đồng sự để họ bớt hung tàn...

Khi cần hóa độ cho những kẻ xấu ác, ngài thị hiện thành Bồ Tát Diện Nhiên Vương, mặt mũi đỏ ké, dữ dằn như có lửa tóe ra từ hai con mắt, miệng và hai tai. Tượng của vị Bồ tát Diện Nhiên Vương này được để lên thờ khi nhà chùa làm nghi lễ cúng cô hồn (Trai đàn chẩn tế Mông Sơn). Ngài dẫn đạo cho những cô hồn hung dữ để họ được vào chùa nghe kinh kệ, hy vọng có cơ hội để chuyển hóa

Trong phẩm Phổ Môn, một phần kinh nói tới những phép màu Bồ Tát Quán thế Âm thường thi triển thần thông cứu độ chúng sinh khi lâm nạn, khiến cho nhiều người hiểu lầm là họ không cần tu mà lúc nguy khốn chỉ cần niệm danh hiệu Bồ tát là đủ tránh được dầu sôi lửa bỏng hay nước sâu, thú dữ. Thực ra, Bồ Tát đến với chúng ta như một sứ giả của Bụt Thích Ca, mang giáo pháp của Từ Bi và Trí Tuệ tặng cho chúng sinh biết cách hành trì để tự giải thoát khỏi phiền não, sợ hãi. Chúng ta được biết sức mạnh của Bồ Tát Quan Âm rất lớn lao :

"Tâm bi như sấm động
Lòng từ như mây hiền
Pháp cam lộ mưa xuống
Dập tắt lửa não phiền"

Khi thọ nạn, với nhất tâm thành kính, chúng ta ai cũng nắm lấy áo ngài, cầu khẩn ngài ra tay tế độ. Như một vầng trăng tròn đầy và thanh tịnh toàn làm bằng năng lượng từ bi, Bồ Tát Quán Âm nghe thấy tất cả những lời khấn nguyện, hiểu hết tất cả nỗi khổ đau của chúng ta và ngài cũng có nguyện lớn cứu độ hết thảy mọi loài...Tuy nhiên, dù cho năng lượng của ngài chan hòa như nước đại dương, dù cho ngài đổ cả một bình cam lộ xuống đầu ta, nhưng nếu trong tự thân, ta không có chút năng lượng thanh tịnh nào, thì chắc cũng khó mà hứng được vài giọt nước thiêng. Cam lộ rót xuống ta cũng như nước đổ đầu vịt mà thôi. Giống như cây đèn thiếu dầu, thiếu bấc thì lửa nào có thể làm cho đèn sáng lên được?

Tăng đoàn Làng Mai cũng sáng tác ra bài quán nguyện Bồ Tát Quán Thế Âm để cho ta thực tập cho có năng lượng từ bi như sau:

"Lạy đức Bồ Tát Quán Thế Âm, chúng con xin học theo hạnh ngài, biết lắng tai nghe cho cuộc đời bớt khổ. Ngài là trái tim biết nghe và biết hiểu. Chúng con xin tập ngồi nghe với tất cả sự chú tâm và thành khẩn của chúng con. Chúng con xin tập ngồi nghe với tâm không thành kiến, không phán xét, không phản ứng. Chúng con xin tập ngồi nghe để hiểu. Chúng con xin nguyện ngồi nghe chăm chú để có thể hiểu được những điều đang nghe và cả những điều không nói. Chúng con biết chỉ cần lắng nghe thôi, chúng con cũng đã làm vơi bớt rất nhiều khổ đau của kẻ khác rồi".

(Tiểu Huyền, 2004)

Hạt cát trong giầy

Trước khi về Làng Cây Phong tham dự khóa tu học với sư cô Chân Đức (năm 1992), học trò lớn của Sư Ông Nhất Hạnh, bà Sáu và ông chồng bất đồng ý kiến trầm trọng về chuyện ông lái xe và bà ngồi bên cạnh mà ưa nhắc nhở (tiếng Anh gọi là back seat driver). Chuyện này xảy ra trong mọi gia đình. Người lái thường biết định liệu khoảng cách giữa xe mình và các sự vật khác, nhưng người ngồi bên cạnh thì không nhìn được như tài xế nên họ thường hoảng sợ mỗi khi thấy xe mình hơi quá gần với xe phía trước hay xe kế bên. Ông Sáu thường lớn tiếng la vợ khi bà Sáu xuýt xoa hay kêu lên những tiếng thảng thốt vì sợ hãi. Trước khi đi khóa tu, bà Sáu lựa lời năn nỉ ông xã bà đừng nên la lối khi bà tỏ ra lo sợ. Bà nhắc để ông nhớ là ông đã bị hai ba tai nạn lớn trước rồi, nên bà mỗi khi xe quá gần một chiếc xe tải, là bà sợ hãi! Lời qua tiếng lại không đúng lúc, khiến cho ông bà Sáu bất hoà, ông nổi giận và không thèm cùng bà đi dự khoá tu nữa!

Sau bốn ngày thực tập sống có ý thức từng hơi thở, từng bước chân trong những giờ thiền tọa, thiền hành, tập sống chánh niệm khi đi, đứng, khi ăn uống, nói năng v.v…trong buổi thiền sớm hôm đó, bà Sáu đã xúc chạm và nhìn sâu được vào nỗi khổ vì bất hoà với chồng của mình. Nước mắt trào ra như một ước mong trong tâm thức sâu xa: bà Sáu đang muốn tháo gỡ những mối giây còn sót lại của trái mìn sân si. Chợt bà nếm thấy vị mặn của vài giọt nước mắt lăn trên môi. Bà Sáu nhớ ngay bài học từ khi còn trong trường khoa học, biết vị mặn của nước mắt cũng giống như vị của máu, vì hai thứ có nồng độ muối giống nhau. Và bà nhớ tới bé Thanh, con gái đầu của người bạn thân với bà, đã nhờ những giọt máu cứu tử mà sống sót được trên chiếc tàu em vượt biển bị cướp bóc nhiều lần.

Đó là năm 1980, bé Thanh mới 16 tuổi, là con lớn nên được mẹ gửi đi theo một chiếc ghe vượt biển. Ngoài khơi vịnh Thái Lan, các thuyền nhân bị cướp biển lấy hết tiền bạc, rồi bắt bốn cô thiếu nữ, trong đó có bé Thanh, mang về tàu của họ! Sau hai ngày hành hạ các em, bọn cướp vứt bốn cô bé tả tơi như bốn cái xác không hồn về thuyền. Thanh yếu nhất, suốt ngày nằm mê man. Lương thực và nước uống trên thuyền lúc đó cũng đã cạn, bé Thanh nằm thoi thóp, miệng chỉ còn thều thào: " Nước! Nước!". Những người cùng thuyền xúm nhau cho em vài muỗng nước chót, nhưng tới khi không còn giọt nước nào, thì họ cũng đành chịu.

May mắn cho bé Thanh, trên thuyền có một anh chàng thiếu niên lanh lẹ, tên là Đức, đã nghĩ được cách cứu em. Đức tìm con dao, cứa vào ngón tay áp út của mình, và nhỏ từng giọt máu vào miệng cho Thanh, lúc đó đã gần như mê sảng. Thanh nuốt những giọt máu cứu tử kia, chắc em cũng đã rất hài lòng với vị hơi mặn của máu! Anh chàng Đức tiếp tục để cho máu chảy, khi thấy Thanh tiếp tục nhóp nhép, uống từng giọt, từng giọt máu chảy từ ngón tay mình. Cuối cùng, đã quá mệt vì thiếu ăn trong suốt tuần lễ trên thuyền, Đức cũng xỉu luôn. Và các thuyền nhân khác vội băng bó cho chàng thanh niên can đảm. May mắn cho họ, chỉ ba-bốn giờ sau đó, chiếc thuyền vượt biển của Thanh và Đức đã gặp tàu của hải quân Hoa Kỳ, và họ được vớt lên, đưa vào đảo Pulau Bidong…

Câu chuyện vượt biển, bị hải tặc hiếp đáp hay chém giết, cũng là chuyện rất thường xảy ra cho đồng bào Việt Nam, trong những năm cuối thập niên 1970 và đầu thập niên 1980. Một người bạn đồng khoa với người viết, cùng con trai của anh, đã bị cướp biển ném xuống biển, hai cha con cùng chết đuối, vì hai người đã cố gắng dằng co với mấy tên hải tặc khi họ tấn công người con gái trong gia đình! Những thuyền nhân thiếu may mắn trải qua bao kinh hoàng, thống khổ khi lênh đênh trên biển. Có người còn phải ăn thịt xác chết của người cùng thuyền để sống còn, khi thuyền không còn lương thực, bồng bềnh trên biển quá lâu! Có người sau khi tới bờ, đã không bao giờ muốn nhìn trăng sáng nữa, vì họ đã không quên được những tiếng kêu rú hãi hùng của phụ nữ vọng lại từ thuyền hải tặc,trên đường vượt biển, trong một đêm trăng vằng vặc.

Thanh là một trong số các thuyền nhân bị nạn khổ nhưng may mắn sống sót. Trên đảo, dù biết Đức là ân nhân cứu tử của mình, cô không bao giờ chịu đối diện với Đức, lẩn tránh anh bằng mọi cách. Nhưng anh chàng kia thì thương cô bé với tất cả trái tim chân thật của một thanh niên nhiều lòng từ bi. Qua tới Mỹ, Đức tìm mọi cách để liên lạc thư từ với Thanh...Và sau 5 năm đứng dậy trên đất mới, Thanh đã chịu gặp lại Đức, Hai người đã thành lập được một tổ ấm đầy tình yêu thương chân thành. Bà Sáu có duyên được gặp họ khi họ mới làm đám cưới, đi hưởng tuần trăng mật ở Montreal.

Bà Sáu kể tiếp: "Sau khi nhận ra vị mặn của nước mắt và thoáng nhớ tới chuyện bé Thanh phải nuốt từng giọt máu để sống còn, tôi như người tỉnh mộng. Chuyện bất hòa trong gia đình tôi, chỉ nhỏ như hạt cát trong giầy, thật sự, không đáng kể gì đối với những thống khổ vô biên của các thuyền nhân như bé Thanh. Tôi mỉm cười với hạt cát đó, và rũ nó ra khỏi chiếc giầy…"

Trong buổi kiểm điểm kết thúc khoá tu, bà Sáu đã thuật lại câu chuyện "tỉnh mộng" của bà cho tăng thân nghe. Trước khi ra về, vài thiền sinh tới cảm ơn câu chuyện thương tâm mà họ đã nghe về Thanh. Một anh chàng trung niên người Canadian nói : "Nhờ nghe chuyện cô kể bữa nay, mà tôi cũng nhận ra sự vô lý, nhỏ nhen của tôi, khi tôi giận lẫy ông bố tôi, đã ba năm qua, không thèm liên lạc với ông ta! Kỳ này về, tôi sẽ tới thăm ổng!..."

Bà Sáu cũng cho biết, từ khoá tu đó tới nay, bà đã liệng được khá nhiều cát trong giầy, có khi xả luôn được cả vài hạt sỏi lớn, làm đau chân bà ra gì! Và cuộc sống của ông bà Sáu, càng ngày càng có nhiều niềm vui hơn.

(Tiểu Huyền - 2000)

Sức mạnh của cây cảnh

Ngồi nghỉ hoặc nằm ngủ dưới gốc cây hoa ngọc lan là nơi "thường trụ" của ông xã tôi, một người rất ưa đọc và viết. Mỗi khi đi xa về, việc đầu tiên tôi ưa làm nhất là ra vườn nhổ cỏ dại, cắt tỉa cây cối, trong lòng cảm thấy bình an và hạnh phúc, không còn chộn rộn như trong những ngày tháng xa nhà, như thể cuộc đời vẫn êm đềm như vậy từ lâu. Khuynh hướng tự nhiên của người ta là mong được sống an vui, nên sau các chuyến đi xa trở về nhà hay sau thời gian làm việc, suy nghĩ nhiều, họ vô hình chung đã biết tìm cách tiếp xúc với cây cỏ hoa lá, để thiên nhiên giúp cho họ tâm lý được thăng bằng, khỏe khoắn hơn.

Nhiều giống dân với văn hóa khác nhau trên thế giới đã hiểu được sự hài hòa giữa thiên nhiên và con người từ thuở xa xưa. Người Âu châu, người Trung Hoa, người Việt, người Nhật... mỗi giống dân đều có những cách thưởng thức thiên nhiên riêng, nhưng nói chung, họ đều biết tới giá trị và ảnh hưởng của cảnh núi rừng, sông nước trên tâm hồn con người. Mỗi xứ đều có nhiều kiểu vườn đặc sắc tại các địa phương. Khi không được gần gụi với cây cảnh nhiều, họ tạo ra những hòn non bộ, những loại cây bonsai, để cho cuộc sống nội tâm dễ có thăng bằng.

Năm 1860, kiến trúc sư Frederick L Olmsted đã tạo ra công viên tại trung tâm thành phố Nữu Ước (Central Park of Mahattan) khi hiểu được nhu cầu thư dãn của thành phố quá đông dân đó. Ông là nhà kiến trúc tiền phong tại Hoa Kỳ chú ý rất nhiều tới cảnh thiên nhiên. Công viên trong thành phố Nữu Ước đó do ông vẽ kiểu, có nhiều đường tản bộ quanh co trong các khu được giữ nguyên cây cảnh rậm rạp, đã là kiểu mẫu cho nhiều thành phố khác bắt chước sau này.

Công viên xanh rợp bóng cây, tiếng nước róc rách trong chiếc hồ nhỏ, một góc vườn trồng hoa... theo nghiên cứu của các khoa học gia, đều là những yếu tố có khả năng phục hồi sức khỏe thể chất và hàn gắn các vết thương tâm lý. Các bệnh viện tân tiến ngày nay chú ý tới việc kiến tạo những khung cảnh thiên nhiên nhỏ bé xen trong những khối nhà xi-măng, để cho người bệnh và nhân viên của họ được thoải mái hơn. Khi đi trong hành lang bệnh viện John Hopkins chẳng hạn, chỉ một khúc lại thấy có cái cửa nhìn ra ngoài vườn hay ra một góc sân đầy cây cối rất mát mắt. Các nhân viên nhà thương thường ra đó ngồi nghỉ xả hơi hay ăn trưa.

Theo giáo sư Roger Ulrich tại đại học Texas, từ hai- ba thập niên trước, nhiều khoa học gia căn cứ vào các nghiên cứu về ảnh hưởng của thiên nhiên trên sức khỏe của bệnh nhân, đã nêu vấn đề cần thêm vườn cây cho bệnh nhân, nhưng y giới đã thờ ơ và coi thường ý kiến này. Giáo sư cho biết:"Ngày nay, chúng tôi có nhiều thử nghiệm chứng tỏ rằng khung cảnh chung quanh cùng các yếu tố tâm lý có ảnh hưởng rất lớn lên sức khỏe và các phản ứng sinh hóa của mọi người." Giáo sư Ulrich cho biết bệnh nhân bớt căng thẳng thần kinh, bớt cao áp huyết và tinh thần phấn chấn hơn khi được nhìn ra vườn có màu xanh của cây cỏ. Các bệnh nhân bị giải phẫu cũng lành vết mổ mau hơn nếu như phòng họ có cửa sổ mở ra cảnh trí thiên nhiên. Ngay cả các bệnh nhân bị đau đớn nhiều cũng có thể được dễ chịu hơn khi họ tiếp xúc được với hoa cỏ.

Trong số báo Journal of Environmental Psychology, xuất bản vào tháng 6/2003, giáo sư Terry Hartig cùng các đồng nghiệp đã đo được các thay đổi tâm lý và sinh lý của con người khi được sống gần với thiên nhiên. Cuộc thử nghiệm được thực hiện với sự tham dự của112 người trẻ tuổi. Họ phải làm những công việc có nhiều áp lực (stress), trong đó có cả việc lái xe vào một khu vực họ chưa hề thăm viếng trước đây. Sau đó họ được ngồi nghỉ, chia làm hai nhóm: một nhóm nghỉ trong phòng không có cửa sổ rồi sau đó, ra đi bộ trong khu phố bình thường (nhiều nhà cửa). Nhóm kia nghỉ ngơi trong một căn phòng có cửa nhìn ra thấy cây cối rồi đi bộ qua một khu vườn. Áp huyết của nhóm được gần thiên nhiên hạ thấp nhanh hơn nhóm kia nhiều, và họ cũng có nhiều cảm nghĩ tích cực hơn nhóm kia. Sự thay đổi áp huyết này có thể đo được sau một thời gian rất ngắn khi người ta được nghỉ ngơi bên cây cảnh. Giáo sư Hartig hiện đang dạy tại Thụy Điển, sau khi rời đại học Irvine (California), ông khuyến cáo nhiều thành phố Âu Châu nên thành lập các khu rừng nhỏ trong thành phố để giúp cho dân đỡ bị căng thẳng quá mức.

Nhà kinh doanh Mehernosh Fitter tại Bombay Ấn Độ là một trong số các người sống tại Bombay thường đi tìm nơi trú ẩn dưới bóng cây. Cách đây vài năm, sự kiện tìm tới công viên cho đỡ căng thẳng đã trở nên phổ thông tại Bombay khiến cho các viên chức chính phủ của thành phố này đã cho trồng những loại thảo mộc đặc biệt trong các khu được gọi là "Vườn Trời" để cho dân có chỗ tới tĩnh tọa và thư dãn dưới gốc cây. Họ hỏi ý kiến các nhà chiêm tinh để trồng đủ 27 loại cây Thiên Phúc tương ứng với 27 chòm tinh tú trong ngành chiêm tinh Vệ-Đà xưa. Theo ngành Chiêm Tinh Ấn

Độ, mỗi con người có bản mệnh liên quan mật thiết tới một hay hai trong 27 loại cây đó. Ông giám đốc sở Công Viên tại Bombay cho biết, sau khi trồng cây trong các công viên này rồi, sẽ có các chuyên viên tới trường giảng dạy cho trẻ em biết về tính cách chữa bệnh của các "vườn trời". Nhưng dân Bombay sẽ phải chờ ít năm để các loại cây thiên phúc cao được 3 thước trở lên, thì ảnh hưởng chữa bệnh của chúng mới đạt tới mức tốt nhất.

Một viên chức của thành phố Bombay đang bận rộn thực hiện dự án biến cải các công viên thường thành ra những Vườn Trời hữu ích. Ông tin tưởng rằng các loại cây Thiên Phúc sẽ giúp cho quốc gia Ấn Độ thêm năng lượng trong việc hòa nhập các sắc dân và tôn giáo khác nhau. Theo ông, "Người theo Ấn Độ giáo sẽ ngồi thiền cạnh người theo Hồi giáo trong vườn trời, tự nhiên họ sẽ có tình thương và liên hệ tốt đẹp với nhau. Vườn trời cũng sẽ là một thứ nhà thờ cho các học sinh thi trượt, cho những cặp vợ chồng có vấn đề. Họ có thể tới ngồi thiền, bình tâm lại mà tìm hiểu nhau hơn thay vì hành xử thô bạo với nhau....Có lẽ các bà vợ có thể tới vườn trời thay vì tới đền chùa." Tại xứ Ấn, nơi có rất nhiều người nghèo, Vườn Trời và 27 loại cây thiên phúc sẽ là một phương tiện dễ thương nhất và tốn kém ít nhất để chữa Stress, căn bệnh lớn của thời hiện đại.

Làm vườn lành bệnh

Các nghiên cứu khoa học mới nhất về ảnh hưởng của cây cảnh được áp dụng trong các phương pháp làm vườn trị bệnh (Horticulture therapy). Ngoài hiệu quả làm thư giãn, các bệnh tâm thần cũng được giảm bớt khi bệnh nhân có cơ hội chăm sóc vườn tược hoặc chỉ ngồi nhìn ngắm cỏ hoa mà thôi. Nhất những người mới bị nghẽn mạch máu (Stroke) hay bị tai nạn, đang được tập tành để phục hồi các chức năng, vườn tược cây cỏ là những trợ giúp rất hữu hiệu cho họ. Bà Teraisa Hazen đã vẽ ra một kiểu vườn được giải thưởng, cho nhà thương Legacy's good Samaritain tại Portland, Oregan. Khu vườn này vừa giúp các bệnh nhân mau lành bệnh, lại vừa giúp các nhân viên nhà thương được thoải mái.

Tại Hoa Kỳ, một số các công viên tại thành phố lớn ngày nay đã thuê các chuyên viên để phổ biến cho dân chúng biết tới những ích lợi của cây cảnh. Như tại Chicago, vườn bách thảo có các dịch vụ tưới cây, trồng hoa, nhổ cỏ, hái trái, cắt rau vv... cung cấp cho những tổ chức chăm sóc bệnh nhân bị bệnh kinh niên hay bị tàn tật. Các nhà tù cũng bắt đầu cho tù nhân làm vườn, chăm sóc cây cảnh cho họ đỡ hung hăng và bức xúc đi.

Quý độc giả muốn tìm hiểu thêm về ảnh hưởng của việc làm vườn, chăm sóc cây cỏ trên sức khỏe, có thể vào tìm các trang nhà của các tổ chức AHTA: *www.ahta.org.* tức tổ chức American Horticultural Therapy Association, hoặc *www.hinstitute.org* (HortiInstitute); hoặc vườn thảo mộc Chicago: *www.chicago-botanic.org*, hoặc tại Nữu Ước: *www.ruskininstitute.org*; *www.bbg.org* (Brooklyn Botanic gargen); tại Oregan: *www.legacyhealth.org* vv...

Cây cỏ là thứ thuốc dễ thương nhất

Dân chúng tại thủ đô kỹ nghệ Bombay của nước Ấn cho rằng *cây cỏ là phương thức chữa Stress dễ thương nhất đời. "Khi nào muốn giải quyết một vấn đề hay suy tư về một dự án trong tương lai, tôi thường ngồi thiền dưới gốc cây. Mọi áp lực sẽ được hóa giải, tôi thoải mái với công việc hơn sau đó"*, Ngoài giờ đi làm và lái xe trên xa lộ, khi về tới nhà họ chỉ đủ thì giờ lo chuyện ăn, ngủ. Cuối tuần nếu được nghỉ thì có TV, xi-nê hay dancing, shopping, chơi bài và mới đây thêm các trò chơi điện tử rất hấp dẫn và tốn thì giờ.

Dù chúng ta không có những loại cây "hợp với khoa chiêm tinh" tại nơi mình sinh sống như dân Bombay, bất kỳ loại cây nào cũng vẫn là một nguồn dưỡng khí quan trọng cho đời sống con người. Mỗi khi thấy mình buồn phiền hay bị áp lực căng thẳng, chúng ta chỉ cần tới bên gốc cây ngồi tĩnh lặng và theo dõi hơi thở của mình, mấy phút sau là chúng ta sẽ dễ chịu ngay. Theo dõi hơi thở làm cho hơi dài hơn, cùng với số lượng Oxy phong phú từ cây nhả ra, ta sẽ hấp thụ được nhiều hơn chất khí cần thiết để nuôi dưỡng thân tâm mình. Nếu may mắn có mảnh vườn để chăm sóc, chúng ta lại có duyên may được như thi sĩ Vu Lương Sử (người Trung Hoa) tả trong cảnh du xuân ban đêm, gặp ngày trăng sáng chiếu xuống hồ nước:

> "Cúc thủy nguyệt tại thủ
> Lộng hoa hương mãn y."
> (Vốc nước trăng đầy tay
> Thưởng hoa hương đượm áo).

(Tiểu Huyền, 1997)

Rồi sao? Thì sao?
Câu hỏi trị giá một tỷ Mỹ Kim.

Nữ tài tử Jane Fonda, năm 1997, khi còn là vợ của người chồng giàu Ted Turner, đã hỏi anh ta một câu hỏi ngắn gọn nhất, đáng giá một tỷ mỹ kim. Có thể nói một cách lộng ngôn, đó là câu hỏi ngắn và đắt giá nhất trong "lịch sử cận đại" của loài người. Khoảng đầu năm đó, khi chàng Ted hân hoan báo tin cho cô vợ quý: "Hôm nay tài sản của anh lên được ba tỷ mỹ kim rồi đó em!"

- "So what?" (Rồi sao? Thì sao?) Jane hỏi và Ted chưng hửng!

Sau đó, Ted Turner cho biết chính câu hỏi này của vợ đã khiến cho chàng đi tới quyết định tặng một tỷ đô la cho quỹ từ thiện của Liên Hiệp Quốc ngày 18 tháng 9 năm đó (1997).

Trong khi trả lời phóng viên báo Business Week về chuyện làm việc thiện, tỷ phú Ted Turner đã nhắc lại câu hỏi trên của vợ và cho rằng "Hiển nhiên là nàng hoàn toàn có lý khi hỏi như vậy....Nếu những người giàu có suy nghĩ một chút, thì họ sẽ thấy họ phải nên làm việc từ thiện thôi".

Ted Turner được coi là "ông trùm" về ngành truyền thông, chủ nhân nhiều cổ phần trong rất nhiều xí nghiệp về kỹ thuật và giải trí. Anh tặng một phần ba tài sản nhưng chia ra làm 10 năm, mỗi năm 100 triệu đô la cho Liên Hiệp Quốc để làm việc thiện. Cô vợ Jane Fonda (con cố tài tử Henry Fonda nổi danh của thập niên 60, 70), cũng đã là một minh tinh màn bạc. Cô trở nên nổi tiếng hơn trên thế giới sau chuyến qua thăm Hà-nội khi Mỹ dội bom Bắc Việt (đầu thập niên 1970), để đẩy mạnh phong trào chống chiến tranh Việt Nam của người Mỹ. Cũng chính cô (sau năm 1975) đã thay đổi, quay lại phê bình gay gắt chính phủ Cộng Sản VN khi thấy họ chà đạp nhân quyền, trước thảm cảnh của người Việt khi họ vượt biển tìm tự do.

Giới triệu phú Mỹ trong thập niên 1980 -1990 bắt đầu đua nhau làm việc nghĩa. Số tiền tặng giữ của những nhà giàu Mỹ trong năm 1996 lên tới 130.4 tỷ đô la, tăng gần 10% so với năm trước. Trong đó, 15 tỷ là do một nhóm dăm người đại phú tặng. Theo ông H. Peter Karoff trong hội đồng gây quỹ từ thiện tại Boston, các tay nhà giàu này vừa cho vừa cải tổ cách điều hành những cơ quan từ thiện. Họ là những nhà quản trị tài ba và năng nổ, khi tặng tiền ra, họ đòi hỏi các cơ quan từ thiện phải điều hành như những cơ sở kinh doanh, sao cho có lợi nhuận. Có người tự thành lập hội thiện để quản lý số tiền họ tặng giữ, thay vì cho vào các hội có sẵn với nền hành chánh rườm rà tốn kém. Các đại phú gia ngày nay muốn thấy kết quả cụ thể và lâu bền của việc thiện họ làm, đa số không muốn dùng tiền chỉ để làm những việc cứu tế bình thường như các tổ chức từ thiện có sẵn từ xưa. Họ cho những việc tặng tiền cứu tế lúc thiên tai hay cung cấp thực phẩm cho người nghèo....chỉ là những phương cách bịt vết thương bằng băng keo, không chữa trị tận gốc thì không có hiệu quả tốt.

Đa số các nhà tỷ phú đều muốn tài trợ cho những công cuộc cải tiến lâu dài các vấn đề xã hội. Riêng tỷ phú George Soros người Mỹ gốc Hungary, ông còn chú ý cả tới việc thúc đẩy nền dân chủ trên khắp thế giới, khi ông đã và đang trải hàng tỷ Mỹ kim vào các việc cải thiện thông tin trong các quốc gia bị độc tài thống trị.

Trốn khỏi nước Hung năm 1947 để sang Anh, và từ Anh qua Mỹ năm 1956, George Soros bỏ ra rất nhiều tiền để tìm cách giúp cho các nước sống trong chế độ Cộng Sản lần hồi chuyển sang thể chế dân chủ. Chẳng hạn như ông tặng rất nhiều máy photocopy cho các cơ quan, xí nghiệp Hungary, ngay từ đầu thập niên 1980 - để cho sự thông tin được nới rộng và dễ dàng hơn (do những bản sao chép nhờ có sẵn máy). Thông tin là một yếu tố quan trọng khiến cho chế độ CS độc tài bị suy yếu. Ông cũng dùng hàng trăm triệu tài trợ cho những công cuộc tranh đấu cho dân chủ ở các nước Đông Âu. Vào cuối thập niên 1990, ông Soros hứa trong 5 năm sẽ tặng 500 triệu Mỹ kim cho nước Nga để cải tổ giáo dục, y tế và giúp các quân nhân giải ngũ thích ứng được với đời sống dân sự.... Chính ông từ năm 1997, đã dùng đa số thì giờ và 1/2 số lợi tức của mình để tặng các quỹ từ thiện, nhiều nơi do chính ông điều hành và kiểm soát.

Hai vợ chồng giàu nhất nước Mỹ, là Bill và Melinda Gates vào năm 2000, đã thành lập Gates Foundation để điều hành số vốn (hàng chục tỷ đô la) mà họ nhiều năm qua, thường hỗ trợ cho các chương trình từ thiện khắp thế giới. Vốn đầu tư của quỹ Gates năm 2008 đã có trị giá 37.3 tỷ đô la, đa phần là của nhà Gates, một phần do tỷ phú W. Buffet tặng mỗi năm. Bill Gates đã từ chức chủ tịch công ty Microsoft để là chủ tịch điều hành quỹ từ thiện của gia đình ông Bill Gates Foundation.

Bill và Melinda Gates là những con người rất tài giỏi trong lãnh vực kinh doanh, quản trị, và trên hết, họ là những người có lòng bác ái, từ bi thật sự. Họ muốn góp phần tích cực vào việc làm cho thế giới tốt đẹp hơn. Du lịch khắp nơi, tìm hiểu gốc rễ của những căn bệnh xã hội do nghèo đói, thất học gây ra, ông bà Gates đưa ra những chương trình y tế và giáo dục rất vĩ đại nhưng cũng rất thực tiễn để cung cấp thuốc chủng ngừa cho dân nghèo Á- Phi, giúp những con người bất hạnh sống tại những xứ nghèo đói. Quỹ Gates dùng tới 60% tổng số ngân sách cho việc cải thiện nền y tế công cộng của thế giới. Tổ chức Y tế toàn cầu WHO đang đi vào giai đoạn suy thoái thì Gates Foundation ra đời, kịp thời giúp ngăn chặn được các loại bệnh nguy hiểm mà người dân nghèo không thể đối phó – như bệnh tê liệt, sốt rét, yết hầu, lao phổi, Aids v.v…

Ngoài tài chánh dồi dào, Gates Foundation còn cung ứng cho các tổ chức từ thiện khắp thế giới khả năng quản trị hữu hiệu và thực tế, cải tổ lề lối làm việc tắc trách, tổn phí vô ích của họ, để số tiền từ thiện tới tay người thụ hưởng nhiều hơn.

Trong ngoài nước Mỹ, Gates Foundation cấp rất nhiều học bổng cho sinh viên hiếu học, cũng như tài trợ cho nhiều cuộc nghiên cứu có ích cho nhân loại. Hai ông bà tỷ phú đồng quan niệm về sự bình đẳng của con người. Khi có cơ hội, ai cũng có thể thăng tiến và thành công. Lòng từ bi vô lượng trong họ đã khiến họ quyết định chỉ để cho ba đứa con ruột, mỗi đứa 10 triệu Mỹ kim; còn tài sản hàng trăm tỷ đô la của họ, sẽ được dùng vào việc cải thiện thế giới, bằng những công trình, dự án giáo dục và y tế toàn cầu.

Năm 2014, Bill Gates đứng đầu trong bảng các tỷ phú làm từ thiện, đóng vô quỹ này một tỷ 500 triệu mỹ kim,

. Cả thế giới đang có phong trào thức tỉnh về thực trạng chung khá đáng ngại của nghèo đói, bất công và bất thiện tại nhiều quốc gia. Các nhà đại phú cũng bắt đầu tích cực đóng góp vào hướng cải tiến xã hội, không chỉ lo cho riêng gia đình hay quốc gia của họ nữa.

Từ thời cổ xưa, những người làm việc thiện vô danh và âm thầm, tuy không đóng góp nhiều và được người khác biết tới như những nhà giàu Mỹ, nhưng họ chính mới là những nguồn hứng khởi vô tận của nhân loại. Những bà mẹ nhường số gạo ít ỏi của gia đình cho kẻ khốn cùng đang đói, những ông bố đi xe đạp quyên gạo nấu cháo cho người ăn xin, những em Hướng Đạo sẵn sàng giúp ích khi có thiên tai, những phụ nữ nấu ăn cho kẻ không nhà, những người vô nhà thương an ủi bệnh nhân vô gia đình, những người tự nguyện về miền quê giúp dân làng cải thiện đời sống....Tuy không có ảnh hưởng và kết quả lớn lao rộng lớn, nhưng đó là những con đom đóm soi đường, những đốm lửa tin yêu mang soi sáng cho cuộc đời.

Trong cuộc sống lưu vong ty nạn, nhiều tu sĩ đạo Phật hay đạo Chúa ngoài công việc tôn giáo, hầu như ai cũng chịu khó quyên góp gửi về quê hương cứu khổ. Rất nhiều tổ chức thiện nguyện Việt Nam từ Bắc Mỹ, từ Âu và Úc Châu đang mang sự hiểu biết và tiền bạc về quê hương, cũng trong ý hướng muốn cải thiện xã hội và thúc đẩy dân chủ bằng những công tác giáo dục, y tế. Đặc biệt tại miền Trung có nhiều làng xã nghèo đói đang được trợ giúp để họ tự cải thiện - có thêm trường mẫu giáo, có cây cầu, có lớp dạy nghề đan, thêu, trồng nấm.... Một khi trẻ em bớt đói, hết mù chữ và nông nghiệp thâu hoạch khá hơn, tự nhiên là họ sẽ biết tới quyền làm người để đòi hỏi công bằng và dân chủ. Các hội đoàn thanh niên VN hải ngoại đã mạnh dạn và công khai làm việc để tài trợ cho các dự án giúp trẻ em đói nghèo trong nước. Họ là những anh chị em sinh viên đã hay sắp tốt nghiệp đại học, không bị quá khứ chiến tranh Quốc -Cộng ám ảnh, không bị hận thù đeo đẳng nhiều như thế hệ cha ông. Đối với họ, chỉ có nước Việt đang nghèo đói, dân chúng đang bị chế độ Cộng Sản kìm kẹp. Mỗi người, mỗi nhóm một phương cách, họ đang góp phần vào việc chống dốt nát, bệnh tật ngay nơi quê nhà. Họ ráng chuyển về Việt Nam không phải lửa hận thù, mà là những làn gió mát của hiểu biết, của yêu thương.

Nhà tỷ phú George Soros tuy là người Hung, nay cũng đang hết lòng giúp dân Nga, là xứ đã từng mang xe tăng sang đàn áp và thống trị xứ ông một cách tàn bạo năm 1956. Ông Soros thường nhắc tới một câu nói nổi tiếng của triết gia người Anh Francis Bacon (1561-1626): "Tiền cũng giống như phân bón, trải ra thì tốt, để cả đống thì....khó ngửi". Ông nhà giàu Soros trải ra cả tỷ bạc để giúp cho nhiều xứ Đông Âu xây dựng dân chủ từ hạ tầng cơ sở, ngay cả khi họ còn đang ở trong thể chế Cộng Sản. Người Việt Nam ngày nay cũng có nhiều triệu phú cả trong lẫn ngoài nước, nhưng hình như ít có người thấy phân bón không thơm. Ước sao các bà vợ quý của những nhà triệu phú Việt Nam đều tỉnh tỏ như

Jane Fonda, đều biết hỏi ông chồng một câu đáng giá ngàn vàng "Rồi sao?" như cô tài tử này, để tạo phúc đức cho con cháu!

Câu hỏi rất ngắn "Rồi sao? Thì sao?" này có thể là một tiếng chuông đánh thức tâm tư trong sáng tiềm ẩn trong lòng người. Cô bé tôi quen tên Thi, nay đã trưởng thành, thay đổi hoàn toàn cái nhìn về người khác, và có lẽ về cả về cuộc đời sau khi ông bố hỏi cô "Thì sao?". Em Thi kể lại một kỷ niệm khó quên khi em mới lên 10: "Hồi đó tuy nhà rất nghèo, ba mẹ em vẫn nhận nuôi thêm một người cháu con của cậu em, tên là Hữu. Thằng Hữu đó kém em một tuổi nên hai chị em hay chơi với nhau, rất thân nhưng cũng có lúc tranh cãi với nhau như mọi trẻ khác. Một bữa em đang giận nó thì em bắt gặp nó "dám" pha và uống nước chanh đường một mình. Uống nước chanh là một thứ giải khát xa xỉ, lâu lâu trới nóng nực lắm mẹ em mới pha cho cả nhà thưởng thức. Em thấy Hữu tự pha nước chanh, lại uống một mình thì ghét lắm, liền lon ton đi mách bố: "Thằng Hữu dám lấy đường pha nước chanh uống đó bố!" Em nghĩ chuyến này anh chàng sẽ lãnh đủ, vì bố em vẫn hay cho tụi em ăn đòn khi có lỗi. Không ngờ ông chỉ trừng mắt lên hỏi em: "Thì sao?".

Em bé Thi tiu nghỉu lỉnh đi chỗ khác vì không biết trả lời thế nào. Em suy nghĩ mãi về câu hỏi này, và dần dà em hiểu ra rằng, tuy đường là thứ quý giá trong đời sống thường ngày, nhưng nó không đáng để cho em phải mách lẻo bố như vậy.

Em cũng lờ mờ hiểu rằng có lẽ bố em muốn dạy cho em bài học phải biết rộng lượng và thương người khác như thương mình, không được đố ky, ganh ghét thằng Hữu....Em cho là chính vì câu hỏi đó, cùng với bao bài học khác bố mẹ đã dạy em, mà ngày nay em thích tham gia vào các công việc từ thiện. Chính hai tiếng "Thì sao" này cũng đã giúp em có thói quen tự hỏi mỗi khi gặp chuyện gì nan giải. Nó cũng giống như một lới cảnh tỉnh khiến cho em có cơ hội nhìn vào các vấn đề một cách bình tĩnh và lạc quan, hướng thiện hơn.

"Thì sao? - Rồi sao? - So What? Et Alors? " Quý vị có bao giờ nghe ai hỏi hay tự hỏi mình như vậy chưa?

(Tiểu Huyền edited 2009)

Vài hiểu biết căn bản về Thiền và trị liệu

(Trích sách "Hiệu Lực cầu nguyện", phần 4, của Thiền sư Nhất Hạnh, Lá Bối xuất bản 2003)

"Thiền, nói cho đủ là Thiền na (tiếng Phạn là Dhyana), là phần thực tập nòng cốt của đạo Bụt.

Thiền có mục đích giúp người hành giả đạt tới cái thấy sâu sắc về thực tại. Cái thấy này có khả năng giải phóng mình ra khỏi sự sợ hãi, lo âu, phiền muộn, có khả năng chế tác chất liệu trí tuệ và từ bi (hiểu sâu, thương lớn), nâng cao phẩm chất của sự sống, đem lại cho mình và cho kẻ khác nhiều thảnh thơi và an lạc.Bản chất của thiền là ba nguồn năng lượng Niệm, Định và Tuệ (Mindfulness, Concentration - Insiight)

"Thực tập thiền không phải chỉ trong tư thế ngồi thiền (thiền tọa) mà còn trang các tư thế khác như tư thế đi (thiền hành), tư thế đứng, tư thế nằm, trong những lúc làm việc như giặt áo, lái xe, làm cơm, tưới vườn. Bất cứ trong tư thế nào, bất cứ đang làm gì và ở đâu mà trong thân tâm mình có được Niệm-định-tuệ đó là mình đang thực tập thiền.Sự thực tập này, nếu được chỉ dẫn đúng mức, có thể đem lại sự thoải mái và an lạc ngay trong lúc thực tập.

"Thực tập thiền cũng có tác dụng nuôi dưỡng và trị liệu cho cả thân và tâm, đem lại nguồn vui sống cho người thực tập và người chung quanh. Không cần phải đi vào chùa hay thiền viện mới thực tập được thiền. Sống trong xã hội, đi làm, chăm sóc gia đình, ta cũng có thể tập thiền được...

Niệm, định và tuệ

"Niệm (Mindfulness) là nguồn năng lượng giúp ta ý

thức được những gì xảy ra trong giây phút hiện tại trong thân, tâm và trong hoàn cảnh của ta. Những điều đang xảy ra trong giờ phút hiện tại trong lãnh vực thân, tâm và hoàn cảnh thì nhiều lắm, ta không thể nhận diện được tất cả một lượt. Nhưng ta có thể nhận diện những gì nổi bật nhất, hoặc nhận diện những gì mà ta cần nhận diện nhất.

"Nếu ta để ý tới hơi thở vào và hơi thở ra và nhận diện được đấy là hơi thở vào, hơi thở ra, đó gọi là phép Niệm hơi thở. Nếu ta để ý tới bước chân và nhận diện được từng bước chân ta đặt lên sàn nhà hoặc mặt đất, đó gọi là phép Niệm bước chân. Ta có thể gọi đó là Chánh niệm về hơi thở hoặc chánh niệm về bước chân.

"Niệm bao giờ cũng là niệm một cái gì, nghĩa là Niệm luôn luôn có đối tượng của Niệm. Nếu đang giận mà ta có ý thức được là ta đang giận, đó gọi là Niệm cơn giận. Trong lúc ta thực tập như thế, có hai loại năng lượng đang biểu hiện trong ta: năng lượng đầu là cái giận, năng lượng thứ hai là chánh niệm, do ta chế tác được bằng bước chân hoặc bằng hơi thở chánh niệm.Năng lượng thứ hai nhận diện và ôm ấp năng lượng thứ nhất. Nếu sự thực tập kéo dài được năm bảy phút thì năng lượng chánh niệm sẽ đi vào trong năng lượng giận hờn và sẽ có sự thuyên giảm, chuyển hóa.

"Năng lượng Niệm mang theo nó năng lượng Định (sự chú tâm- Concentration) và năng lượng này có thể làm phát sinh năng lượng Tuệ (tuệ giác-Insight), có thể chuyển hóa được cơn giận thành năng lượng của hiểu biết, chấp nhận, xót thương và hòa giải.

"Trong đời sống hàng ngày, tâm ta thường có khuynh hướng tưởng nhớ về dĩ vãng hoặc lo lắng cho tương lai. Thân ta có mặt nhưng tâm ta không có mặt. Chánh niệm là năng lượng giúp ta đưa tâm về lại với thân để ta có mặt đích thực (thực sự sống) trong giờ phút hiện tại. Có mặt và an trú được trong hiện tại như thế, có thể đưa đến sự trị liệu mầu nhiệm...

"Nếu năng lượng Chánh niệm đã trở nên vững vàng, ta có thể dùng nó để nhận diện và ôm ấp những nỗi khổ niềm đau của ta (như hận thù, tuyệt vọng, tham đắm, bạo động, ghen tuôngv.v...) để có thể chuyển hóa chúng từ từ. Một lần an trú trong hiện tại là ta có thể vượt thoát ra ngoài những nanh vuốt của sự tiếc thương và vương vấn về quá khứ hoặc những lo lắng và sợ hãi về tương lai. Những năng lực tiêu cực thường đưa tới các chứng bệnh tâm thần.

"Có bốn lãnh vực đối tượng cho sự thực tập Chánh niệm, đó là thân thể (body), cảm thọ (feelings), tâm ý (Mind) và đối tượng tâm ý (Objects of mind). Năng lượng chánh niệm khi nhận diện thân thể giúp ta trở về thân thể với niềm ưu ái. Trong khi theo dõi hơi thở, khi ta nhận diện thân thể với năng lượng chánh niệm, ta giúp cho thân thể được buông thư (danh từ Phật giáo là An niệm thân hành). Phép thực tập này rất hữu hiệu để đối phó với những căng thẳng của thần kinh và của cơ thể (gọi chung là stress). Ta có thể thực tập phép an niệm thân hành này tư thế nằm cũng như tư thế ngồi. Sự thực tập này giúp cho cơ thể của chúng ta tự trị liệu một cách tự nhiên mà không cần thuốc thang. Trong trường hợp ta đang được chữa trị bằng thuốc men thì ta bình phục mau hơn nhiều.

"Thực tập phép Niệm thân, ta cũng sẽ biết cách ăn uống và tiêu thụ trong chánh niệm để đừng đưa vào cơ thể những thức ăn thức uống có độc tố gây nên tật bệnh. Thực tập Niệm thân còn giúp ta đi đứng, hành xử và làm việc một cách thảnh thơi, nâng cao phẩm chất của sự sống hàng ngày.

"Sự thực tập chánh niệm hướng về cảm thọ (feelings) giúp ta nhận diện những cảm thọ đang có mặt: cảm thọ dễ chịu (lạc thọ), cảm thọ khó chịu (khổ thọ) và cảm thọ trung tính (xả thọ). Nếu đó là một cảm thọ dễ chịu, ta biết được là cảm thọ đó phát xuất từ đâu và nó sẽ có tác dụng lâu dài như thế nào vào thân tâm, tác dụng nuôi dưỡng hay tàn phá (Ví dụ niềm vui khi uống rượu có thể đưa tới nghiện ngập và đau ốm sau này). Nếu đó là một cảm thọ khó chịu, ta cũng biết được là nó phát xuất từ đâu, và năng lượng chánh niệm sẽ làm dịu lại cảm thọ đó, và cuối cùng với năng lượng định và tuệ, ta có thể chuyển hóa nó. Nếu cảm thọ ấy là trung tính thì với chánh niệm nó sẽ trở thành một cảm thọ dễ chịu. Ví dụ: khi nhức răng, ta có khổ thọ. Ta nghĩ nếu hết nhức răng, ta sẽ có lạc thọ. Nhưng thường thường trong giờ phút không nhức răng, ta chỉ có xả thọ mà ta ít thấy vui vì không nhức răng. Y thức về điều này sẽ giúp ta chuyển xả thọ thành lạc thọ.

"Thực tập chánh niệm về tâm ý giúp ta nhận diện được tất cả các hiện tượng tâm lý phát hiện trong tâm thức như vui,buồn, thương, ghét...Theo tâm lý học đạo Bụt, ta có 51 loại hiện tượng tâm lý (gọi là 51 tâm hành), gồm có những tâm ý tích cực như thương mến, bao dung; những tâm ý tiêu cực như giận hờn, tuyệt vọng và những tâm ý bất định như tư duy, hối tiếc.

"Nhận diện là để tìm tới cội nguồn của những tâm hành ấy, để biết rõ bản chất của chúng và để chuyển hóa chúng. Ví dụ chứng trầm cảm (depression). Nhận diện trầm cảm với năng lượng chánh niệm, ta có cơ hội nhìn thấy bản chất và cội nguồn của nó, để biết được những nguyên do xa gần đã làm cho nó có mặt. Từ đó, chánh niệm giúp ta ngừng tiếp xúc và sử dụng các thứ "độc tố" gây nên trầm cảm, và chỉ tiếp xúc với những gì tươi mát, có công năng nuôi dưỡng và trị liệu, ta có thể từ từ chuyển hóa được chứng trầm cảm...

"Hiện nay trên thế giới, nhất là ở Tây phương, đã có nhiều nơi áp dụng pháp thực tập chánh niệm để đối trị các chứng đau nhức, trầm cảm, và giải tỏa tình trạng căng thẳng trong thân tâm...Tại trường đại học y khoa Harvard và Viện

Y khoa thân tâm (Mind/Body Medical Institut), do giáo sư Herbert Benson sáng lập và điều hành, cũng đang nghiên cứu, truyền dạy và áp dụng Thiền trong việc chữa trị. Viện này đã liên tục làm việc từ 35 năm nay...

"Thực tập chánh niệm hướng về đối tượng tâm ý như núi, sông, người, vật, cây cỏ...ta sẽ có cơ hội thấy được tự tính vô thường và liên hệ sinh khởi của mọi hiện tượng. Khi năng lượng của Niệm, định và tuệ đã hùng hậu, ta đạt tới một cái thấy sâu sắc về thực tại, và ta đạt tới tự do lớn, gọi là giải thoát, không còn vướng mắc vào lo lâu thèm khát, hận thù hay tuyệt vọng nữa.

"Thực tập thiền, chúng ta cũng đạt được tự do và dù sự tự do của ta chưa lớn, chúng ta cũng tháo gỡ được rất nhiều tri giác sai lầm và thành kiến, do đó ta không còn đau khổ nhiều như trước. Ngược lại, ta có thể có nhiều an lạc trong đời sống hiện tại..."

Chánh niệm là phương thuốc nhiệm màu

Trong tháng 10 và tháng 11 năm 2011, một nhóm quý thầy và sư cô Làng Mai đã tổ chức một chuyến hoằng pháp "Thức Dậy" (Wake Up) cho người trẻ tại các trường đại học và các cơ quan khác tại miền Đông Hoa Kỳ. Đây là bài chia sẻ của sư cô Đẳng Nghiêm với một nhóm sinh viên y khoa, nhân viên điều dưỡng và ban quản trị tại đại học Yale Medical School, trong giảng đường của Thư viện Yale Sterling ngày 03 tháng 11 năm 2011.

Tôi đã tốt nghiệp từ trường Y khoa University of California, San Francisco (UCSF), và tôi chuyên về y khoa gia đình. Khi tham dự một khóa tu chánh niệm tôi đã được gặp Thầy (Thích Nhất Hạnh) và tăng thân xuất sĩ Làng Mai. Không lâu sau đó, một sự kiện rất lớn trong đời tôi đã xảy ra: Người bạn thân của tôi chết một cách đột ngột trong một tai nạn. Cái chết của bạn tôi đã đánh thức tôi và giúp tôi quyết định đi theo con đường tâm linh. Tôi đã bỏ ngành y khoa sau bảy năm học hỏi và thực tập. Trong tâm trí tôi, tôi luôn luôn mong có ngày được trở về lại trường UCSF School of Medicine để chia sẻ những gì tôi đã học được từ sự tu học của mình với các sinh viên y khoa, các bác sĩ và các nhân viên của trường. Tôi chưa có cơ hội để thực hiện hoài vọng này, nhưng khi tôi được biết rằng các bạn của trường Yale sẽ có buổi sinh hoạt với các thầy các sư cô, tôi rất hạnh phúc nhận lời tham dự và đóng góp.

Sau gần 12 năm tu học, tôi thấy rằng tất cả chúng ta đều có thể thực tập chánh niệm ngay trong cuộc sống hàng ngày của mình. Chúng ta không cần phải rời bỏ nghề nghiệp hay chức vụ của mình, dù đó là ngành y khoa, ngành điều dưỡng hay bất kỳ loại công việc nào chúng ta đang làm, có để có thể sống một cuộc sống có chánh niệm. Chánh niệm có thể có mặt trong bất cứ việc gì chúng ta làm.

Ví dụ, ngay trước buổi chia sẻ này, tôi đã hướng dẫn các bạn vài động tác chánh niệm. Trong khi đứng lên, tôi đã yêu cầu các bạn thực tập có ý thức là mình đang đứng lên. Trong khi co giãn cơ thể, tôi đã yêu cầu các bạn thực tập có ý thức về hơi thở và với mỗi động tác của thân thể của mình. Khi làm bất cứ điều gì, chúng ta phải có ý thức về hơi thở và thân thể của mình để thân tâm được nhất như, thay vì luôn luôn bị chia cách. Khoa học cho chúng ta biết rằng trong quá trình tiến hóa, con người đã phát triển khả năng có ý thức về chính mình trong phần não trước (forebrain) của não bộ.

Chúng ta hãy nhìn một con mèo để hiểu rõ hơn về tiềm năng này. Con mèo rất có ý thức về con chuột và mỗi động tác của con chuột, nhưng con mèo có lẽ không ý thức nhiều về các chuyển động và những cảm xúc, dự tính và sự hồi hộp phấn khích nó đang có. Ngược lại con người không những có ý thức về những đối tượng bên ngoài, mà còn có khả năng ý thức về chính thân thể cũng như cảm thọ, tư duy và tâm hành của mình. Nhưng tiếc thay, phần đông chúng ta lại chỉ dùng bản năng sinh tồn trong cuộc sống hàng ngày và có thể là trong cả cuộc đời của mình. Ví dụ, khi chúng ta ngồi làm việc trên máy điện tử, chúng ta rất có ý thức về những gì đang xảy ra trên màn hình liên tục đến bảy hay tám giờ, nhưng chúng ta lại quên rằng chúng ta cần đi dùng phòng vệ trong khoảng thời gian đó vì ý thức về nhu cầu này hoàn toàn bị ngăn chận và đè nén. Chúng ta ngồi làm việc hết giờ này sang giờ khác, và nếu trong một tích tắc nào đó tín hiệu "tôi cần đi phòng vệ sinh" châm thủng được ý thức của chúng ta, thì chúng ta lại đè nén ý thức này thêm một hoặc hai tiếng đồng hồ nữa! Chúng ta ngồi làm việc tại máy điện tử, và mọi việc dường như rất yên ổn. Rồi khi chúng ta đi ra ngoài, tiếp xúc với ai đó, và bất thình lình trái "bom" phát nổ; chúng ta nói hoặc làm điều gì đó rất bất ngờ hoặc rất thô bạo. Chúng ta không hiểu tại sao suốt ngày làm việc thấy rất chăm chú, không có gì bực bội phiền muộn xảy ra mà sao bây giờ lại nóng nảy và giận dữ thế này?

Nếu có chánh niệm, chúng ta sẽ phát hiện ra rằng trong khi làm việc với máy tính, những sự suy nghĩ và cảm xúc của chúng ta vẫn liên tục phát sinh, nhưng chúng ta đã không ý thức được những suy nghĩ, những cảm xúc của sự buồn phiền, giận dữ và ghen tị, v.v… Chúng gia tăng cường độ, và từ từ lớn mạnh hơn. Cái quá trình tự động này đã thoát khỏi sự nhận thức của chúng ta. Sau đó, khi gặp đủ một số điều kiện, chúng sẽ biểu hiện ra bằng lời nói hoặc hành động của chúng ta một cách gay gắt và bất ngờ. Chúng ta chưa nhận biết, nhưng những tác động của tâm (tuy chưa biểu hiện) luôn luôn hiện hữu trong chúng ta. Cũng giống như khi chúng ta nhìn một làn sóng, chúng ta thường thấy nó lúc nó lên cao nhất hoặc khi nó đã đổ xuống. Cũng vậy, chúng ta thường chỉ nhìn thấy các sự kiện trong cuộc sống ở đỉnh cao, ở đáy hoặc ở hậu quả của nó. Tuy nhiên, một làn sóng không bắt đầu từ đỉnh hoặc từ chân làn sóng. Một làn sóng phải hình thành và di chuyển theo đà của nó từ rất xa bên dưới đại dương trong một thời gian dài mới trồi lên khỏi mặt nước.

Chánh niệm cho phép chúng ta đi ngược làn sóng để lần lượt thấy được sự hình thành của sóng ở các giai đoạn trước đó. Ví dụ, chúng ta đang rất tức giận, và nếu ai đó nói với chúng ta: "Bạn đang tức giận", chúng ta có thể la lớn, "Tôi không tức giận!" Và đó chính là đỉnh cao của sự tức giận mà chúng ta không ý thức được. Hoặc khi nhìn thấy hậu quả của những gì chúng ta đã làm hoặc nói, chúng ta có thể thốt lên, "Ôi! Trời ơi! Tôi đã làm gì thế này?" Chúng ta có thể thực tập để thừa nhận một cái gì đó đã xảy ra và chúng ta đã làm một việc sai lầm. Với khả năng ý thức về chính mình, chúng ta sẽ học cách nhận diện một cảm xúc khi nó đã biểu hiện đầy đủ. Dù đó là sự tức giận hoặc trầm cảm, chúng ta cũng chỉ cần nhận diện đơn thuần nó như nó đang là. Dần dần đi ngược làn sóng, chúng ta có thể thấy được một cảm xúc phát sinh trong cơ thể như một triệu chứng sinh lý và vật lý – sự căng thẳng cơ bắp, đỏ mặt, nhịp tim đập nhanh, thở nhanh, những suy nghĩ và lời nói vội vã, gấp rút. Chúng ta tiếp tục đi ngược sóng cho đến khi nó đang còn ở dưới mặt nước; khi nó chỉ là một lời nói, một hình ảnh, một mùi vị nào đó đã gây nên phản ứng trong chúng ta. Khi cảm thấy hơi thở như ngưng lại và cơ thể căng cứng, chúng ta biết ngay lập tức là có cái gì đó đang diễn ra. "Thở vào, tôi ý thức rằng có một điều gì đó đang xảy ra, một cảm giác đang phát sinh. Tôi chưa nhận diện được nó là cái gì nhưng tôi biết có điều gì đó đang xảy ra. Thở ra, tôi có mặt ở đây cho bản thân tôi và tôi nói: Tôi lắng nghe em đây. Tôi lắng nghe em đây".

Chánh niệm cho chúng ta khả năng nhận diện được sự hình thành của những cảm xúc, nhưng chúng ta cần phải rèn luyện chính mình để làm điều này. Trong cuộc sống hàng ngày, không phải lúc nào chúng ta cũng giận dữ, thất vọng hay buồn phiền; và chúng ta có thể sử dụng những khoảng thời gian không-cảm-xúc-mạnh này để huấn luyện tâm của mình. Ví dụ trong khi ngồi đây và đang nghe quý thầy và quý sư cô chia sẻ, các bạn có thể làm gì? Các bạn có thể theo dõi hơi thở. Các bạn chỉ cần đơn giản trở về với hơi thở và ý thức sự phồng lên xẹp xuống của ngực. Nhiều người trong chúng ta chỉ thở ở cổ họng hoặc ở vùng ngực, bởi vì sự căng thẳng hàng ngày xung quanh và trong cách suy nghĩ của chúng ta chỉ cho phép chúng ta thở rất cạn ở cổ họng và ở vùng ngực. Thỉnh thoảng, chúng ta có thể cảm thấy bụng của chúng ta phồng lên và xẹp xuống. Đây là khi có sự thư giãn và hơi thở sâu hơn, và điều này thường xảy ra khi chúng ta cảm thấy an toàn thoải mái. Hãy nhận biết bây giờ bạn đang thở, chủ yếu ở vùng nào. Lắng nghe và nhận diện hơi thở của bạn trong khi bạn đang lắng nghe tôi nói. Chúng ta cũng có thể làm như vậy những lúc chúng ta đang lắng nghe bệnh nhân. Chúng ta có thể hỏi bệnh nhân và họ đang nói cho chúng ta nghe về triệu chứng căn bệnh. Chúng ta có thể làm gì trong khi một bệnh nhân đang nói? Chúng ta có thể lơ đễnh suy nghĩ về các bệnh nhân khác trong các phòng khác, để rồi sau đó hỏi lại người bệnh nhân đang ngồi trước mặt một câu hỏi mà chúng ta đã hỏi trước đó mười phút. Đôi lúc chúng ta có thể hỏi đến năm lần cùng một câu đã hỏi. Bệnh nhân rất dễ bị tổn thương vì đang bị bệnh và đang ở trong bệnh viện; bây giờ bệnh nhân lại cảm thấy rằng chúng ta không thực sự có mặt cho anh ta hay cô ta. Những cảm nhận tiêu cực này có thể làm tăng thêm sự tổn thương, bệnh tật và sự sợ hãi của người bệnh. Những gì tốt nhất chúng ta có thể làm trong thời điểm này là chỉ đơn giản trở về với hơi thở và làm thư giãn cơ thể của chúng ta.

Chúng ta hãy thực tập với nhau ngay bây giờ: Trở về với hơi thở, ý thức toàn thân và thư giãn toàn thân. Bất cứ nơi nào chúng ta cảm thấy có sự căng thẳng, chúng ta thở lâu hơn và hướng về phần đó của cơ thể. Chúng ta sẽ khám phá ra rằng khả năng lắng nghe trở nên sâu sắc hơn bởi vì tâm chúng ta đang có mặt với thân của chúng ta, và vì thế tâm đang an trú trong căn phòng này. Với chánh niệm về hơi thở và về thân thể, chúng ta thực sự có ý thức hơn về những gì đang xảy ra xung quanh chúng ta. Nếu tâm chúng ta bận suy nghĩ đến các bệnh nhân khác ở các phòng kế bên, tâm ta không thể có mặt trong phòng này; và như vậy chúng ta đang lãng phí thời gian của chúng ta và thời gian của bệnh nhân. Chúng ta chưa làm điều gì để giúp bệnh nhân, nhưng chúng ta đã lấy đi sự tin tưởng và niềm hy vọng của bệnh nhân có thể có nơi chúng ta. Chúng ta đã tạo ra một trở ngại lớn trong mối quan hệ giữa chúng ta và bệnh nhân. Những gì tôi đã học được từ sự thực tập của tôi là tầm quan trọng của sự có mặt trong giây phút hiện tại. Giây phút hiện tại là giây phút duy nhất mà chúng ta thực sự có; là giây phút duy nhất mà chúng ta có thể tạo những ảnh hưởng tích cực và sâu sắc cho chính mình và cho người khác. Dù đang làm nghề gì và đang tiếp xúc với ai, dù cho đó là với chính mình, với bệnh nhân, khách hàng, bạn bè hay người lạ. Nếu tâm chúng ta thật sự có mặt trong giây phút hiện tại, ý thức về hơi thở và thân thể của chúng ta, chúng ta có thể tiếp xúc rất sâu sắc với những gì đang xảy ra và có những tác động rất kịp thời, sáng suốt và hữu hiệu.

Chúng ta thường chia cắt và phân loại trong cách chúng ta suy nghĩ. Tôi xin lấy một vấn đề trong bệnh viện làm ví dụ, mặc dù nó có thể áp dụng cho tất cả mọi người và mọi lãnh vực: Chúng ta thường nghĩ rằng bác sĩ, bệnh nhân, và quá trình điều trị của bệnh nhân là ba thực thể hoàn toàn khác biệt. Đạo Bụt gọi đây là cái nhìn nhị nguyên. Khi nhìn sâu, chúng ta thấy rằng bác sĩ, bệnh nhân và quá trình điều trị không phải là ba thực thể riêng biệt và cũng không phải là hai thực thể riêng biệt. Người bác sĩ cũng là bệnh nhân; và sự chuyển hóa trị liệu của chính người bác sĩ có thể ảnh hưởng lên sự chuyển hóa trị liệu của bệnh nhân. Tôi nhớ khi tôi còn là một sinh viên y khoa, tôi phải chữa trị cho một bệnh nhân bị ung thư túi mật đã vào giai đoạn cuối. Chỉ ba tháng sau khi bệnh nhân được chẩn đoán nhưng sức khoẻ của ông ta đã sa sút một cách trầm trọng. Bệnh nhân vào khoảng trên 60 tuổi, ông ta tỏ ra rất chán nản và từ chối không chịu ăn. Ông rất thô lỗ và khắc nghiệt đối với các y tá và bác sĩ. Ban đầu, ông cũng không thân thiện gì với tôi, nhưng dần dần, ông trở nên cởi mở hơn. Sau đó, các bác sĩ đã đề nghị một giải pháp tùy ông lựa chọn là giải phẫu để xem ung thư có thể được cắt bỏ một cách an toàn hay không. Ông ta đã tỏ ra rất do dự và sợ hãi. Tôi nói với ông rằng tôi ủng hộ ông trong bất cứ quyết định nào, và cuối cùng ông chọn cho mổ. Nhưng thật không may, khi các bác sĩ phẫu thuật vào mổ, họ thấy rằng ung thư đã di căn đến các cơ quan lân cận, và do đó, họ may bụng bệnh nhân lại ngay lập tức. Đêm đó tôi trực, và tôi đã đến thăm bệnh nhân của tôi. Lúc đó vào khoảng 2 giờ sáng và người bệnh chung phòng với ông ta đã ngủ. Phòng rất yên lặng và chỉ còn một ít ánh sáng rọi vào từ hành lang. Tôi ngồi lặng lẽ bên cạnh giường ông và ông ta nói với tôi: "Bác sĩ đã biết đó, tôi không còn hy vọng gì nữa. Nhưng có một điều rất lạ là lúc này tôi lại cảm thấy bình an như chưa bao giờ tôi cảm thấy trước đây". Tôi chỉ ngồi yên với ông ta, không nói một lời nào. Trước khi ông đi giải phẫu, tôi đã chia sẻ với ông ta về cái chết của bà ngoại tôi. Bà ngoại tôi biết rằng mình sẽ chết, và bà tôi đã chấp nhận nó một cách bình an. Bà tôi đã cho thỉnh 2 thầy ở túc trực trên lầu xuống tụng kinh cho bà. Bà tôi đã cho gọi tất cả con cháu của bà đến tập họp xung quanh. Bà tôi nhắc họ đừng để cho tôi và em trai tôi biết về việc bà qua đời, bởi vì chúng tôi đã ở Hoa Kỳ và bà tôi không muốn tin tức về cái chết của bà ảnh hưởng đến sự học hành của chúng tôi. Bà ngoại của tôi vẫn tỉnh táo và bình an trong những giờ cuối cùng của cuộc đời mình. Trong khi quý thầy niệm Phật A Di Đà, thì bà tôi đưa hai tay lên trước ngực để chắp tay lại, và bà tôi đã thở hơi thở cuối cùng trong tư thế đó. Khi tôi nghe tin này sáu tháng sau đó, nó vẫn ảnh hưởng sâu đậm đến tôi. Nó đã thay đổi cách tôi suy nghĩ về cái chết. Khi chúng ta sống đẹp, và khi chúng ta chết đẹp, đó là một món quà cho chính mình, nhưng cũng là một món quà cho những người chứng kiến cuộc sống và cái chết của chúng ta. Đây là món quà lớn nhất mà chúng ta có thể dâng tặng cho những người thương yêu của chúng ta. Tôi đã nói với bệnh nhân của tôi: "Bà ngoại của tôi đã chết một cách bình an và đẹp đẽ. Ông cũng có thể chết đẹp và bình an như thế. Ông có thể nhớ lại tất cả các ân sủng mà ông đã nhận được trong suốt cuộc đời mình và ông có thể phát khởi tâm niệm biết ơn đối với chúng. Ông có thể chết như bà ngoại tôi, biết thời điểm của cái chết và giữ được sự bình an, thanh thản cho đến phút chót". Ông ta lặng im nghe tôi nói và lặp lại câu ông vừa nói: "Tôi không còn hy vọng gì nữa, nhưng có một điều rất lạ là lúc này tôi lại cảm thấy rất bình an như chưa bao giờ tôi cảm thấy trước đây". Tôi và bệnh nhân của tôi đã có mặt cho nhau, nắm tay nhau và chấp nhận những gì đang và sẽ xảy ra. Khi ông ta được đưa về nhà, và vì phải dùng morphine để giảm đau nên ông ta trở nên rối loại và thô bạo. Vợ của ông rất sợ hãi và đau buồn vì điều này. Tuy nhiên, trong những giờ phút cuối cùng của đời mình, ông đã trở nên sáng suốt và tỉnh táo. Bà vợ của ông ta gọi cho tôi ngày hôm sau và nói với tôi: "Những giây phút cuối, ông ấy đã rất yên tĩnh và bình an. Mặc dù ông không thể nói chuyện với tôi nhưng ông biết rằng tôi đã có mặt, và ông biết tôi là vợ của ông. Và điều này làm tôi rất hạnh phúc. Tôi rất hạnh phúc!" Bà ấy nói: "Tôi rất hạnh phúc" ít nhất là hai lần. Vì vậy, chúng ta có thể thấy rằng, cho dù chúng ta là bác sĩ, y tá hay giáo sư, khi chúng ta làm bất cứ điều gì cho chính mình, chúng ta đang làm điều đó cho những người khác vì chúng ta không phải là những thực thể riêng biệt.

Làm người tu, tôi không thấy tôi đã rời bỏ ngành y. Trong thực tế, chánh niệm là thần dược mà tôi có thể tìm thấy và sử dụng trong cuộc sống hàng ngày của tôi để chăm sóc bản thân mình, để chuyển hoá và chữa lành những khổ đau trong mình. Và đó cũng là loại linh dược mà tôi có thể hiến tặng cho cuộc đời. Vì vậy, chúng ta không cần phải rời khỏi cuộc sống thường nhật để đi tìm chánh niệm. Chúng ta tu học để cái nhìn nhị nguyên không còn chia chẻ và cô lập hóa chúng ta – tôi khác với người bạn đời của tôi; công việc hàng ngày khác với nguyện vọng sâu xa của tôi; tôi có mặt trước công chúng khác với con người riêng tư của tôi, v.v... Đưa ý thức vào tất cả mọi thứ mà chúng ta làm, mỗi lời chúng ta nói, và tất cả các tư duy chúng ta có; chánh niệm sẽ trở thành linh hồn của chúng ta. Chánh niệm không phải là một lối sống đặc biệt hoặc sang trọng như khi đi nghỉ mát ở Hawaii. Bộ não và mỗi tế bào trong cơ thể của chúng ta đều có khả năng tự ý thức. Chúng ta tu tập để áp dụng, trau dồi và phát triển thêm tiềm năng quý giá này. Bất cứ điều gì chúng ta làm có ý thức thì chúng ta sẽ không phải hối tiếc. Tôi không hối tiếc đã dành 24 năm miệt mài trong các trường học, để cuối cùng trở thành một người tu sĩ. Không có gì để hối tiếc khi chúng ta đã làm tất cả mọi thứ mà chúng ta có thể làm. Chúng ta đem hết tâm huyết mình để làm một cái gì đó, và khi chúng ta chuyển qua làm điều gì khác, chúng ta sẽ không có gì để phải hối tiếc. Đó chỉ là một dịp để chúng ta tiếp tục tìm hiểu thêm về bản thân mình. Trong từng giây phút, tất cả mọi thứ chúng ta làm có thể là một cơ hội tuyệt vời để sống và để khám phá bản thân.

Chúng ta hãy nghe một tiếng chuông. Hãy nhận diện mỗi hơi thở vào và mỗi hơi thở ra của chúng ta. Hãy ý thức về toàn thân của chúng ta, từ đầu đến gót chân, và mỉm cười với mỗi bộ phận của cơ thể. Tại nơi làm việc, chúng ta cũng có thể sử dụng tiếng chuông điện thoại để giúp chúng ta quay trở về với hơi thở và hình hài của chúng ta.

Tất cả chúng ta đều có nguyện vọng đem lại những thay đổi tốt đẹp hơn cho thế giới này. Chúng ta ai cũng muốn phụng sự. Chúng ta ai cũng muốn yêu thương. Tuy nhiên, rất ít người trong chúng ta có thể thành tựu được hoài bão và tiềm năng tối đa của mình. Đó là bởi vì chúng ta không biết sống đẹp và sâu sắc cho chính mình. Chúng ta thường hay quên mất cái thân thể này và chúng ta chưa hề thực sự biết rằng chúng ta có một hình hài mầu nhiệm. Chúng ta chỉ sử dụng thân thể của chúng ta như một phương tiện để đạt được một cái gì đó cao hơn, nhưng thực sự, hình hài này là tất cả những gì chúng ta có. Chúng ta ai cũng muốn tìm một người nào đó để họ yêu thương chúng ta và để chúng ta yêu thương.

Chúng ta luôn luôn tìm kiếm một cái gì đó bên ngoài bản thân của chúng ta. Tuy nhiên, nếu chúng ta thực tập ý thức cơ thể trong cơ thể, ý thức hơi thở, ý thức các động tác khi đi bộ, khi ăn uống, khi đứng, khi ngồi, khi nằm, chúng ta sẽ nhận ra rằng cơ thể này là người yêu tuyệt vời nhất mà chúng ta có thể tìm thấy. Cơ thể này có mặt cho chúng ta 24 giờ một ngày, từ lúc sinh ra (thậm chí trước đó, khi còn nằm trong bụng mẹ) cho đến lúc chúng ta rời bỏ cuộc đời. Cho dù chúng ta ăn uống lành mạnh hay không, cho dù chúng ta nghỉ ngơi đầy đủ hay không, cho dù chúng ta đối xử nhẹ nhàng hay tàn bạo với nó, cơ thể chúng ta sẽ luôn luôn cố gắng để tự chữa lành, để phục hồi năng lượng và để tiếp tục phục vụ chúng ta hết ngày này qua ngày khác. Cơ thể đã tha thứ chúng ta nhiều lần, đã yêu thương chúng ta vô điều kiện; cho đến một ngày nào đó nó không thể làm gì được nữa và bắt đầu suy nhược, bắt đầu bị nhiễm trùng, đau mãn tính, ung thư hoặc mắc bệnh tâm thần. Khi chúng ta thực tập chánh niệm, chúng ta trở về với hình hài của chúng ta. Chúng ta sẽ nói, "Em của tôi! Tôi biết em đang có đó và tôi rất hạnh phúc. Tôi rất biết ơn em".

Hôm nay, một sư cô và tôi đã lái xe từ New York, và khi

chúng tôi đến đây, tôi cảm thấy rất mệt nên tôi nằm xuống và ngủ trong khoảng nửa giờ. Khi tỉnh dậy, tôi uống một ly nước; và bạn có biết tôi đã làm gì nữa không? Tôi hôn bàn tay của tôi ba lần! Đây không phải là một cử chỉ mà tôi làm theo thói quen, nhưng nó đã xảy ra hôm nay. Khi tôi uống nước, tôi tình cờ nhìn vào bàn tay của tôi. Đôi khi da tôi trông nhăn nheo và khô cằn như nho khô, nhưng hôm nay bàn tay tôi trông mềm mại và sáng bóng. Tôi đã ý thức rằng bàn tay này của tôi sẽ không được lành lặn như thế này mãi mãi. Trong một vài năm nữa, trong mười năm, hai mươi năm hoặc thậm chí có thể ngày mai, nó sẽ không còn mềm mại và khoẻ mạnh như thế này nữa. Sự ý thức đơn giản này đã giúp tôi thấy rõ giá trị của những gì tôi vẫn còn có trong giây phút hiện tại và những gì chúng sẽ trở thành trong tương lai. Khi tôi ý thức rằng hai bàn tay này của tôi sẽ không thể nào lành mạnh và tốt đẹp mãi như thế này, tôi trân quý chúng hơn. Và khi thời gian làm cho nó thay đổi hay biến dạng, tôi cũng sẽ không phải buồn khổ hay nuối tiếc một cách quá đáng. Tuy nhiên, nếu chúng ta không thường xuyên ý thức thân thể này, và chúng ta chỉ yêu chuộng thân thể bằng cách khoác lên nó những bộ y phục hợp thời trang và đồ trang sức quý giá, cho nó tiêu thụ thứ thực phẩm đắt tiền, lái xe hào nhoáng; thì trên thực tế, chúng ta đã không có tình yêu đích thực và sự hiểu biết đối với cơ thể. Nếu không khéo, chúng ta có thể sử dùng hình hài này chỉ để phô trương và thu hút sự chú ý từ bên ngoài. Nếu chúng ta không thật sự ý thức và thương yêu cơ thể của chính mình, khi bệnh tật đến bất ngờ, chúng ta sẽ trở nên hốt hoảng và sợ hãi. Khi nó già nua, chúng ta rơi vào tình trạng quẫn trí. Khi có bệnh ung thư, chúng ta không thể chấp nhận và chỉ muốn lập tức cắt bỏ cơ quan bị ung thư đó ra khỏi cơ thể. Vì chúng ta đã xa lạ với cơ thể này nên khi một cái gì đó nghiêm trọng xảy ra với nó, chúng ta cảm thấy bị quật ngã một cách bất ngờ. Chúng ta sẽ không chấp nhận sự kiện nghiêm trọng đó và chúng ta chối bỏ nó.

Trong cuộc sống hàng ngày, nếu chúng ta có thể hôn đôi bàn tay mình tức là chúng ta tiếp xúc được với tình thương đích thực. Nếu chúng ta có thể ý thức được các hơi thở và các bước chân là chúng ta đang thực tập tình yêu đích thực. Chỉ khi nào chúng ta chế tác và tiếp xúc được với tình thương trong những sinh hoạt đơn giản như vậy trong cuộc sống hàng ngày – và kinh nghiệm nhiều lần trong một ngày – chúng ta mới có thể học hỏi để thực sự có mặt cho người khác, và để thực sự yêu thương một người – dù đó là một bệnh nhân hay một người thân. Nếu không, chúng ta bận rộn làm hết việc này đến việc nọ nhưng cũng chỉ để khỏa lấp một khoảng trống bên trong. Chúng ta cần một ai đó để nói chuyện bởi vì chúng ta đang cô đơn, chứ không phải vì chúng ta muốn chia sẻ hay hiến tặng điều gì. Ngay cả đối với những bệnh nhân, chúng ta chỉ có thể viết các đơn thuốc, và họ có thể không dùng thuốc đó bởi vì chính họ cũng không có mặt được cho họ. Làm sao một bệnh nhân có thể nhớ dùng thuốc theo một lịch trình thường xuyên, khi tâm trí và đời sống của họ đang bị xáo trộn và không được ổn định? Vì vậy cho nên người bác sĩ trước hết phải thấy được rằng mình cũng là người bệnh, tìm hiểu căn bệnh của mình để chăm sóc và thương yêu hình hài năm uẩn của chính mình. Nền tảng của sự trị liệu là sự có mặt thật sự của chúng ta cho chính bản thân và từ tình yêu đích thực này, chúng ta có thể thực sự phục vụ và hiến tặng cho người khác.

(Sư cô Đẳng Nghiêm)

Made in United States
Troutdale, OR
08/18/2023